సాహిత్య మీమాంస

శ్రీపాద కామేశ్వరరావు

పీఠిక

ఆంధ్రవాఙ్మయమున సాహిత్యవిమర్శనపద్ధతుల వివరించు గ్రంథములు చాలా తక్కువ. విమర్శకులకు కొదవ లేదు, గానీ ఏ నియమముల ననుసరించి గ్రంథముల మంచి చెడ్డలు నిర్ణయించవలెనో ఉదాహరణములతో చర్చించే గ్రంథములు తగినన్ని లేవు; ప్రాచ్యప్రతీచ్యాదర్శముల తార తమ్యము కన్పర్చున వసలే లే వనవచ్చును.

అట్టి గ్రంథమును రచించవలె నను కోరిక మా మదిలో రూఢమైన పిమ్మట బొంబాయి హిందీగ్రంథరత్నాకరసంపాదకు లీ గ్రంథమును ప్రచురించిరి. తోడనే దీనిని తెనుగుచేయ సంకల్పించి వారి అనుమతి వేడగా అచిరకాలమున వారనుజ్ఞ నిచ్చినందుకు వారికి చిరకృతజ్ఞులము.

ఈ గ్రంథమునకు మూలము శ్రీయుత పూర్ణచంద్రవసు గారిచే "సాహిత్యచింత" అను పేర వంగభాషలో వ్రాయబడెను. దానిని కొంత కుదించి మరికొంత పెంచి శ్రీమాన్ పండిత రామదహినమిశ్ర, కావ్యతీర్థులు హిందీబాష ననువదించిరి. మేము దీనిని కొంచెము పెంచి తెనుగు జేసితిమి.

శ్రీయుత వసుగారి అభిప్రాయము లందరికీ నచ్చక పోవచ్చును, కాని వారు చర్చించిన విషయములు ముఖ్యము లనుట సర్వజనసమాదరణీయము. మన సనాతనధర్మమందు విధింపబడిన ఆదర్శములు, ఆచార వ్యవహారములున్నూ పాశ్చాత్యాదర్శాచారవ్యవహారములతో పోల్చి చర్చించడము ప్రస్తుతమున అత్యావశ్యకము-ఏలయన పాశ్చాత్యాచారముల తోటి సంసర్గము మన కనుదినమూ హెచ్చూతూంది. అవి కొత్త వౌటచేత షేక్స్పియరు చెప్పినట్లు -

....New customs
Though they be never so ridiculous,
Nay, let' em be unmanly, yet are followed,
అనుసరింపబడు నూత్నాచార మపహా

సనకరము నపౌరుషంబును సైన.

ఉభయ జాతుల బాగోగు లీగ్రంథమున కొంతవరకూ వివరింపబడినవి కావున చదువరులదృష్టి మన సనాతనధర్మ వాఙ్మయముల దెస కాకర్షింపబడి మన ఆత్మగౌరవము, ఉన్న తాదర్శములు, అధ్యవసాయము, దేశభక్తి భాషాభిమానమూ ఏ మాత్రమైనా వృద్ధిపొంది, యోగ్య విమర్శజ్ఞానము ఆంధ్రుల కలవడితే మా యత్నము సఫలమవుతుంది.

పద్యములను తర్జుమా చేసేటప్పుడు కొంద రాంధ్ర కవుల అనువాదము లిం దుల్లేఖించినాము; ఈ విషయమున బ్రహ్మశ్రీ ఆదిభట్ట నారాయణదాసుగారి "నవరస తరంగిణి" మా కమితోపకారి యైనది. షేక్స్పియరు పద్యముల ననువ దించుట సాధారణప్రజ్ఞావంతులకు సాధ్యము కాదు. దాసు గారికిన్నీ తదితరకవులకున్నూ మేము వందనము లర్పిస్తూన్నాము.

ఈ గ్రంథమున కొన్ని వ్యావహారిక పదములు యథేచ్ఛముగా వాడినాము. అవి సత్కవులు వాడినవి కావున ప్రయోగార్హములని అచిరకాలమున రుజువు కా గలదు.

చివర నున్న పట్టిక ప్రకారము సవరణలు చేసుకొందురు గాక !

ప్రకాశకుడు.

విషయసూచిక

సాహిత్య మీమాంస

ఉపోద్ఘాతము

సాహిత్య మన నేమి

సాహిత్యశబ్దార్థము జటిల మైనది. దీనిని పలువురు వేర్వే రర్థముల యందు వాడుచున్నారు గావున దీని యర్థ నిర్ధారణ మావశ్యకము. అది తెలియకపోతే సాహిత్యమీమాంసయెట్లు చేయగలము?

"సాహిత్య గ్రంథములు" అను పదము వినినతోడనే సాహిత్యదర్పణము, కావ్యప్రకాశము, రసగంగాధరము మున్నగునవి స్ఫురించును. రఘువంశము, కుమారసంభవము కావ్యములని పరగుచున్నవి. ఇవి సాహిత్యగ్రంథములు కావా? అని ప్రశ్నించిన ఉత్తరము తక్షణ మాలోచనీయమగును. మొదట వివరించిన మూడు గ్రంథములయందూ ప్రతి పాద్యమైన విషయ మొక్కటే అయినా వాటిపేళ్ళలో సాహిత్యము, కావ్యము, రసము నను మూఁడుశబ్దములు వాడఁబడియున్నవి. రఘువంశాదులు కావ్యములుకదా వాటిని సాహిత్యగ్రంథము లనఁగూడదా? సాహిత్యమూ కావ్యమూ వేరయితే భేదమెట్టిది? దీనికి జవాబిది: - సాహిత్యశబ్దము రసము, గుణము, రీతి, అలంకారము మొదలగు విషయము లను నిర్ణయించు (లక్షణ) గ్రంథములపట్ల రూఢిగా ఉపయోగింప బడుటచేత రఘువంశాదికావ్యములకు సాహిత్యశబ్దమును వాడరు.

కావ్యశబ్దమునకున్నూ ఈదశయే పట్టినది. కావ్యమనగా ప్రాయికముగా పద్యగ్రంథ మని తలంతురు. కొన్ని కావ్యములయందు గద్యపద్యములు యథేష్టముగా వాడఁబడుచున్నా కేవల గద్యమయగ్రంథమును కావ్య మనుట లేదు. ఇంకొక విశేషము. ఏవో కొన్ని పదములుచేర్చి పద్యము లల్లినట్టయినా దానియందు భావము శూన్యమైనా దానికి కావ్య మనుపేరు చెల్లుతుంది. ఇక గద్య మెంత

రసవంతము, సుందరము ఎంతభావభరిత మైనా దానిని కావ్య మనరు. అది రచించినవారిని కవులనరు.

ఈ సంప్రదాయముచిరకాలీనమై వస్తూన్నది. వస్తుత: కావ్య మన్నను సాహిత్య మన్నను ఒకటే, భేదము నామ మాత్రమే. భాష యెట్లున్నను, శైలి యెట్లున్నను, గద్యము కానీ, పద్యముకానీ, గీతముకానీ రసవంత మైనచో దానిని సాహిత్యమనికాని కావ్య మనికాని అనవచ్చును.

ఇక సాహిత్య మెట్టిదో విచారింతము. "సహిత" శబ్దమునకు ష్యఞ్ (అ) ప్రత్యయము చేర్చితే "సాహిత్య" అను పదము నిష్పన్నమవుతుంది. ఈశబ్దమునకు పక్రరణానుసార మీక్రింది యర్థములు ఏర్పడినవి. 1 సాహిత్యం మేలనమ్.

2 పరస్పరసాపేక్షాణాం తుల్యరూపాణాం యుగపదేకక్రియాన్వయిత్వమ్. (శ్రాద్ధవివేక:)

3 తుల్యవ దేకక్రియాన్వయిత్వం, వృద్ధివిశేషవిషయిత్వం వా సాహిత్యమ్. (శబ్దశక్తిప్రకాశికా)

4. మనుష్యకృత శ్లోకమయగ్రంధవిశేష: సాహిత్యమ్ (శబ్దకల్పద్రుమమ్)

సాహిత్యశబ్దమున కిన్ని యర్థములున్నా ప్రాయికముగా నిర్దోషశబ్దార్థగుణ రసాలంకారరీతివిశిష్ట విషయమునే సాహిత్య మని వాడుతారు. దీనికే కావ్యమని యింకొక పేరు. మొదటి తరగతికి చెందినవి కావ్యప్రకాశాదులు, రెండవదానికి చెందినవి రఘువంశాదులు; అవి అనుశాసకములు, లక్షణగ్రంథములు, ఇవి అనుశిష్టములు లక్ష్యగ్రంథములు. మొదటివాటికి సాహిత్యశబ్దమున్నూ, రెండవవాటికి కావ్య శబ్దమున్నూ, ఉపయోగింపఁబడుతూన్నవి.

సాహిత్య శబ్దమునకు సర్వసాధారణముగా నీయర్థము స్ఫురించును. "సహితస్య భావ: సాహిత్యమ్" అనగా వెను వెంట నున్నవాని భావము "సాహిత్యము".

అనగా సంయుక్తుఁడై, మిళితుఁడై, పరస్పరాపేక్షితుఁడై, సహగామియై యున్నవాని భావము "సాహిత్యము". "సహిత" శబ్దమున కొక యర్థము "సహగమనము" అని గ్రహించితిమి.

కాని యింకొక అర్థము కలదు. హి తేన సహవర్త తేతి సహిత : _ అనగా హితము కోరువాఁడు, హితము చేయువాఁడును "సహితుడు" వాని భావము "సాహిత్యము." ఇందు 'సహిత' అను శబ్దమునందలి ఉపసర్గము వేరు చేయ బడినది. (స+హిత) ఈయర్థమును గ్రహించితి మేని మనకు హితము చేయువాని భావము సాహిత్యమగును. హితము చేయువస్తువు (గ్రంథము) అనికూడా అన్వయించుకోవచ్చును. అలాగైతే కావ్యములు, ఇతిహాసములు శాస్త్రములు, కోశములు, మొదలగు నవన్నియు సాహిత్యమున చేరును. ఇతిహాసములం దీయర్థమే కనబడుచున్నది. అప్పుడు "వాఙ్మయ" మనునది "సాహిత్య" పదమునకు పర్యాయ మగును.

ఇక సాహిత్యమునుగూర్చి యించుక చర్చింతాము. మన ఆత్మ చిదానందస్వరూపము. ప్రీతి, స్నేహము, దయ, భక్తియు సాత్వికభావావస్థలు. ఈభావములను వ్యక్తీకరించుట యందు కావ్యములు మనకు సాయము చేయును. వాటిని పఠించి తద్గతభావములను హృద్యము చేసుకొని కోశత్రయాత్మకమగు సూక్ష్మశరీరమునందు సద్భావములను సంగ్రహింతుము. కావ్యములు లోకోత్తరానందము నిచ్చును. దర్శనాదులచే మనము జ్ఞానోపార్జనము చేయఁజాలినమా మనకానందము గలుగఁజేసి సౌందర్య సామ్రాజ్యముకు దారి చూపేవి కావ్యములే.

దర్శనములూ, శాస్త్రములూ సాహిత్యగ్రంథములలో జేరినా సాహిత్యశబ్దము వాటియందు వర్తింపదు. ఎందు కంటే, జ్ఞానబోధకన్న ఆనందోత్పాదనమే సాహిత్యగ్రంథములకు విశిష్టధర్మముగా గణింపబడుతూన్నది. సత్యమే భావరూపమున హృదయమున ప్రస్ఫుట మవును, సత్యము, శివము,

సుందరమూ ఐనదానిని అంత:కరణమున మానవుఁ డనుభవించును. జ్ఞాన మానందానుభవోపాయములు జూపగా భావములే దాని ననుభవించును. మనకు లోకోత్తర జ్ఞానప్రాప్తికి సాధనములు భావములే కాని జ్ఞానము కానేరదు. "ఆనందమే జ్ఞానమందలి సారమ"ని వేదవాక్యము. ఆనందమయకోశము విజ్ఞానమయకోశములోపల ఉండును. అట్టి యానందమునకు మూలకారణము భావము. భావవ్యంజకములగుటచేతనే మనకావ్యముల కగ్రస్థానము దొరికింది. దర్శనములూ, శాస్త్రములూ, ఇతిహాసములూ, కావ్యములకువెనుక బడవలసినవే. శ్రేష్ఠభావములే మనసూక్ష్మ శరీరములను పోషింపఁగలవు. భావముల మూలాన జ్ఞాన ముత్పన్నమగును, వాటిమూలానే జ్ఞానము పరిణత మవుతుంది. భావప్రాప్తికి భావన ఆవశ్యకము; చూడండి.

"యాదృశీ భావనాయస్య సిద్ధి ర్భవతి తాదృశీ"

"ఎవరి కెరీతి భావన లెసగుచుండు
వారి కారీతి తగుసిద్ధి వఱలుచుండు"

శ్రేష్ఠ భావములే మనల వెన్నంటియుండి శ్రేయోదాయకము లవును. సుందరభావము లెందు సంగ్రహింపఁబడునో అట్టివే కావ్యములు, అవే మనకు సాహిత్య మగును. ఆభావములే మనకు హితకరములు. సుకవుల గ్రంథములు సద్భావ రత్నగ్రథితములు. తదుపాదేయములగు ఆధ్యాత్మికభావములను సంగ్రహించి మన సూక్ష్మశరీరములను పోషించు కొందుము; కావున అట్టి గ్రంథములే సాహిత్యమగును.

ఏయే భావములు సంగ్రహించి ఉత్తమపథానువర్తులమై ఉన్నతపదవిని సాధింపగలమో, వేటి నవలంబించి పరమపురుషార్థదాయకమగు త్రోవను ముందంజ వేయగలమో, వేటిని పూనుకొనియుండుటవల్ల మనుష్యధర్మములు మన కలవడునో, అట్టి భావసంచయము మనచిత్తమున కానందమూ,

నైర్మల్యమూ, చేకూర్చి క్రమముగా ఉత్కృష్టలాభము నొందజేయును. దీనికే సాహిత్య మనిపేరు. అట్టి సాహిత్యమే మన కిప్పు డావశ్యకము.

ఒక జాతి సాహిత్యముతో నింకొకజాతి సాహిత్యమున కెట్టి సంబంధము నుండదు. ఒకవేళ ఉన్నా అది నామమాత్రమే. ప్రతిజాతిజ్ఞానమును, ప్రతిసంఘభావభాండారమును భిన్నముగా నుండును. జాతినిబట్టి సాహిత్యము సంఘటిత మవును. ఒకజాతి నీచోన్నతుల నెఱుంగవలె నంటే దాని సాహిత్యము చదివితే తెలియును. ఈగతులకూ సాహిత్యమునకూ దృఢమైన సంబంధ ముండును. సాహిత్యగ్రంథముల యందు జాతియొక్క సుఖదు:ఖములు, ఉచ్చతావనతులు మంచిచెడ్డలూ స్పష్టముగా ప్రతిబింబితము లవును. మన జాతీయభావములు నశింపకుండా ఉండవలెనంటే మన జాతీయ సాహిత్యరక్షణ చేయవలయును. జాతీయజీవనమునకు జాతీయ సాహిత్యరక్షణ మత్యంతావశ్యకము.

మొదటి ప్రకరణము

సాహిత్యాదర్శము

ఆర్యసాహిత్యప్రకృతి

ధర్మమే ప్రాణమని యెంచు ఆర్యజాతివారు తమ సాహిత్యమున ధర్మజయఘోషణమే కావించిరి. మహాభారతమున వేదవ్యాసుడు పతివ్రతాశిరోమణియగు గాంధారిచే నిట్లు పలికించును.

"యతోధర్మస్తతోజయ:"

ధర్మముండెడు చోటనే తనరు జయము

ఆమెయే శ్రీకృష్ణుని స్తుతించుచు నిట్లనెను: -

"జయోస్తు పాండుపుత్రాణాం యేషాంపక్షే జనార్దన:"

వాసుదేవుండు తమప్రక్క వరలుగాన

విజయమగు గాతమా పాండవేయులకును*[1]

భగవంతు నాశ్రయించు వారికి జయము తప్పదని ఇందలి సారాంశము. ఇది మాటవరుస కన్నదికాదు, ఇందలి యాథార్థ్యమందరికీ తెలుసును. భారతయుద్ధమున ధర్మపక్షము అనగా భగవదాశ్రితులపక్షమే ప్రబలెను. భారతమున కౌరవపక్షరూపమున మానవులపాపచిత్రము అతివిశదముగా ప్రకటింపబడెను. సాక్షాద్భగవత్స్వరూపుడైన శ్రీకృష్ణు నాశ్రయించి ధర్మానుసారము ప్రవర్తించిన పాండవపక్ష మంతకన్న నెక్కువగా విశదీకరింపబడినది. ఈచిత్రమందలి సముజ్వలప్రభముందు ఆచిత్రమందలి పాపాంధకారము

పటాపంచమగును. వెలుగు ముందర చీకటివెలయగలదా? అందుకే ధర్మక్షేత్రమగు కురుక్షేత్రమున పాపము భస్మీకృత మాయెను.

వాల్మీకి రచించిన మహాకావ్యము శ్రీమద్రామాయణము భక్తిరసపూరిత మహాసముద్రము. అందున్నూ ధర్మమునకే జయము ప్రాప్తించి తద్విజయపతాకము అయోధ్య మొదలు లంకవరకూ ఎగురుచుండెను.

రాక్షసకులము ప్రబలమే కాని భగవద్భక్తిస్రోతమందలి తరళతరంగములలో లీనమయి, శ్రీరాముపక్ష మందలి పుణ్యవంతమగు రాజ్యము అయోధ్యనుండి లంకాపురమువరకు ప్రతిష్ఠితమయ్యెను. రామునిరాజ్య పాలనమున హిమాలయము నుండి కన్యాకుమారివరకును లంకాద్వీప మందున్నూ పుణ్యము స్థాపింపబడెను. దండకారణ్యమున రాక్షసభయము రూపు మాపెను, ఏమూలనో తపము జేయుచున్న శూద్రుడును రామచంద్రుని పుణ్యశస్త్రస్పర్శచే నిష్పాపుడై ముక్తుఁడయ్యెను. *[2]

పౌరాణికములగు ఈగ్రంథములను వీడి సాహిత్య క్షేత్రమున కవతరింతము. దానికధ్యక్షులగు కాళిదాసు, భవభూతి, మాఘుడు, శ్రీహర్షాదిమహాకవులందరూ తమగ్రంథ లందు ధర్మసూక్ష్మములనే బోధించి యున్నారు. కాళిదాసు తన అపూర్వరచనా కౌశలమున కుమారసంభవ మందు ధర్మమయమగు చిత్రమునే రచించెను - పార్వతి తపమూ హిమవంతుని శివానురాగమూ అసాధ్యసాధనలు కావా? వీటి యుజ్వలాభాసముచే ఆకావ్య మలౌకిక మగుచున్నది. ఇక శకుంతల - భువన విఖ్యాతనాయకి - గూర్చి చెప్పే దేమి? జగన్మోహన మగు ఆనాటకమందు ఋష్యాశ్రమము చిత్రింపబడెను. అందలి పశుపక్షిసముదాయములు శకుంతలయెడ ప్రేమపూరితములాయెను. ఏమి ఆశకుంతల సహృదయత! ఆమెప్రేమ ప్రబలి పతిభక్తిగా పరిణమించి ఆమెను తపస్వినిగా పరిపక్వ మొందించెను. ఇక దుష్యంతుని ధర్మా సక్తి వీక్షింపుడు. ధర్మమందలి అనురాగము చేతనేకదా తన యెదుటపడి పతిభిక్ష నిడుమని

యాచించిన శకుంతలను ఆతడు ప్రత్యాఖ్యాన మొనర్చెను. అసమలోభనీయమగు నామెయెడ నిట్టి ఆచరణము అన్యులందు సంభవ మగునా? తరువాత ఆమె వృత్తాంతము జ్ఞప్తికిరాగా ధర్మకాతర దగ్ధ హృదయముతో నాతడు పెట్టిన మొర లెవని హృదయమును కరిగింపజాలవు? ఈధర్మానుతాపమును "చిత్రదర్శన" ♦[3] అంకమున ఉజ్వలరూపమున కవి రచించెను. ఇంతకన్న ఉజ్వలతరమగు ధర్మానుతాపమును గాంచవలెనన్న భవభూతిరచితమైన ఛాయాదర్శనా*[4]ంకమున లభింపగలదు. అందుశ్రీరాముని భగ్నహృదయము ప్రతిబింబించును. ఇట్టి చిత్రముల నవలోకించినవారు ఆర్యసాహిత్యమును పఠించుటచేత వారి హృదయములు ధర్మానురాగ పరిపూరితము లగునో కావో యించుక తెలియచేయుదురుగాక. మానవహృదయము లెక్క లేని కళంకములచే కలుషిత మయినను ఆర్యసాహిత్యపఠనము దానియందు ధర్మానురాగము నుత్పన్నము జేయకుండునా? ధర్మముదెస ఆహృదయ మించుకేని ప్రసరింపదా? * [5] ఆర్య సాహిత్యాధ్యయన ఫల మెంత సుందరమో, ఎంత ఉత్కృష్టమో, ఎంతశాంతిదాయకమో ఎంతవిశుద్ధమో చూచినారా?

ఆర్యాంగ్లేయ సాహిత్యములు.

ఆంగ్లసాహిత్యమును కాని తదితర ఐరోపీయ సాహిత్యములనుగాని పఠించిన ప్రాప్తించు ఫలమిదేనా? ఆర్యసాహిత్యమునకు శిరోభూషణములై సర్వాంగసౌందర్యమును సమకూర్చి తత్ప్రాణపదములు గౌరవదాయకములూ ధర్మనైతిక సుందరములునగు నున్నతాదర్శములు ఆంగ్లేయ సాహిత్యమున లభించునా? లభింపవు. అందు మానవసంఘాముల యొక్కయు మానవవ్యక్తులయొక్కయు చిత్రములు లేక పోలేదు, కాని అవి ఆర్యసాహిత్య చిత్రములవలె ధర్మగౌరవ పూర్ణములుకావు. ధర్మగౌరవ మందందు చిత్రింపబడెనేకాని ప్రస్ఫుటితముగాక ప్రచ్ఛన్నముగానున్నది. నిబిడారణ్యమున నేమూలనో కుసుమితమగు మాలతీలత తనసౌరభ్యమును వ్యర్థపరుచు నట్లూ

కంటకిత కాననమున సహకారము తన మనోహరతను ప్రకటింపజాలనట్లూ, హింస్రమృగముల భయా నకరవభరితమగు వనస్థలిని గండుకోయిల తనమధురగానమును వినిపించజాల నట్లూ అచ్చటచ్చట విరళముగా వర్ణింపబడిన ధర్మసౌందర్య మాంగ్ల సాహిత్యమున వన్నె కెక్క లేదు, దానిమర్మమువిస్పష్టము కాలేదు.

ప్రకృతి చిత్రకారులమని ఐరోపీయుల కొక అహమిక కలదు. ప్రాచ్యసాహిత్యమున మెచ్చదగు ప్రకృతిచిత్రణమే లేదని వారియూహ. ఆచిత్రణము రెండింటియందును కలదు గాని వాటిలో కొంత భేదమున్నది. ఆంగ్లసాహిత్యమున నగ్నరూపము ధరించిన ప్రకృతిమూర్తి ఆర్యసాహిత్యమున సాలంకృత యగు చున్నది. మానవప్రకృతి యందలి పాశవ ఆసుర ప్రవృత్తులకు ఆంగ్లసాహిత్యమున గౌరవము చెల్లుచుండ ఆర్యసాహిత్యమున దైవికభావములకే గౌరవము కల్గుచున్నది. దైవికప్రవృత్తిసమున్నతిచే మానవజాతికి చెందదగు మాననీయత ఆర్యచరితములందు వర్ణింపబడుటచేత ఆసౌందర్య ప్రభలలో ఆసుర ప్రవృత్తులు ప్రచ్ఛన్నము లైనవి.

ఆంగ్లేయ సాహిత్యమున నీవిషయమున వైపరీత్యము గానవచ్చుచున్నది. అందు మానవప్రకృతి యందలి పాశవ భావములు, ఇంద్రియ ప్రవృత్తులును ప్రధానవర్ణనీయాంశము లగుటవల్ల దైవభావములు దాగియుండును. విదేశసాహిత్యమున ప్రధానపదమునొంది ఆంగ్లజాతికి గర్వోన్నతినాపాదించు షేక్స్పియర్ నాటకవిమర్శనమున ఈవిషయము స్పష్టమగును. ఇతరాంగ్లేయ కావ్యసమాలోచన మనవసరము. ఆనాటక రాజ ములను పఠించుటచే నెట్టిభావము లుత్పన్నములవునో యిందు వివరింపబడును.

మానప్రకృతి - షేక్స్పియర్.

పాశ్చాత్య జగమునందలి జనసంఘముల యొక్కయు మానవ వ్యక్తులయొక్కయు ప్రవృత్తులు అద్వితీయప్రతిభతో చిత్రించిన మహాకవి

షేక్స్పియర్. అచ్చటి ఆచారవ్యవహారములు రీతినీతులు మొదలుగాగల విషయములను పురస్కరించుకొని ఆతడు రచించిన సజీవచిత్రములు ప్రశస్తములు, యథార్థములు, మర్మోద్ఘాటనము లగుటచే రూపగ్రహణయంత్రమున(Photographic Camera) తీసిన పటములవలె తోచును. అతని నాటకములందలి పాత్రములన్నియు సజీవములు, అట్టి చిత్రణ మసాధారణశక్తి కలితమనుట అతిశయోక్తికాదు. ఆకవి కీర్తి యంతయు వియోగాంతనాటకము (Tragedy)*[6]ల యందు నిక్షిప్తమై యున్నది. అందాతని అలౌకికప్రజ్ఞ విశదము కాగలదు. ఆతడు కేవల చిత్రకారునివలె అనుకారికాక, జాజ్వల్యమాన సృష్టివిభవ సంపన్ను డనికూడా స్పష్టమగును.

ఆనాటకములు కావ్యనాటక రసనిష్యందములూ సృష్టి చాతుర్య ప్రదర్శకములూ అగుటచేతనే పాశ్చాత్య సాహిత్య గ్రంథములలో మేలుబంతులై కవికీర్తిస్తంభములై, పృథ్వీతలమున నెల్లకడల నాటుకొనియున్నవి. సంయోగాంతనాటక (Comedy) రచనయందున్నూ అతడు సిద్ధహస్తుడే, అంతవాడు ఐరోపీయ కవివరులలో లేడు.

జగద్విదితములు సర్వమాన్యములగు నాతని వియోగాంతనాటకములే విమర్శింతాము. మానవప్రకృతిని చిత్రించుటలో నాతడెంతవరకు కృతకృత్యుడాయెనో, అన్ని విషయముల నాతడు సఫలీకృతుడాయెనో లేదో చర్చింప తల పెట్టలేదు. తత్ప్రకృతి చిత్రణమున నాతడనన్యసామాన్యప్రజ్ఞావంతుడని మొదటనే చెప్పితిమి. ఆతని కౌశలమును ప్రశంసిస్తూ విమర్శకు డొకడిట్లనియె -

O Nature! O Shakespeare! Which
of ye drew from the other?
ప్రకృతిదేవత! షేక్స్పియ! ర్పలుకరాదె?
ఎవరెవరికి ప్రతిబింబ మిట్టి సృష్టి?

మానవప్రకృతిని తత్తుల్యరూపమున చిత్రించినాడు గాన అతని చిత్రములెట్టివో పరిశీలింతాము. ఈప్రకృతి గుణావగుణ సంకలితమని అందరెరుగుదురు. ఇందు పశుత్వమూ, మానుషత్వమూ, దేవత్వమూఅని మూడుప్రవృత్తులున్నవి. ఆహారము, నిద్ర, రోగము, శోకము, కామక్రోధాద్యరివర్గముతో కూడియుండుటచే మానవుడు పశుతుల్యుడు; బుద్ధి, విద్య, వివేచన, మొదలగు శక్తులచే సంపన్నుడగుట నాతనికి మానుషత్వము సిద్ధించెను; దయ, దాక్షిణ్యము, భక్తి మొదలగు గుణవిభూతి గల్గుటచే నాతడు దేవసమాను డవుతున్నాడు. ఈమూడు గుణములు - తమస్సు, రజస్సు, సత్వము కలిసి యుండుట చేతనే మానవప్రకృతి మిశ్రప్రవృత్తి సంఘటిత మయింది.

క్రైస్తవమత సిద్ధాంతములు మానవులయందు పాపాంశ మెక్కువగానున్నదని ఘోషిస్తూన్నవి. "జనసమాజమందు ప్రాయికముగా పాపాంశమెక్కువగానున్నది. శ్రేష్ఠగుణములు తక్కువ, తామసిక రాజసిక ప్రవృత్తులు బలవత్తరములు, అందుచే చాలామంది నిర్మలచరిత్రులుకారు" అని వాటి వాదము. అందుచేత ఆసామాజిక చిత్రములూ వ్యక్తి చిత్రములూ రచించు కవులు ఆరెండు గుణములకూ ప్రాధాన్య మివ్వవలసి ఉంటుంది. అట్లుచేయకున్న ఆచిత్రములు వారి మతధర్మానుసారము తత్తుల్యములు యథార్థములును కానేరవు. కావున ఐరోపీయకవివరేణ్యుల చిత్రములయం దాయా జాతులయం దెట్టి గుణవిశేషములుండునో వాటియందు రజస్త మోగుణంబులెట్లు వికాసముచెందెనో తెల్పబడును. షేక్స్‌పియర్ రచించిన చిత్రములు ప్రకృతికి యథార్థప్రతిబింబములే ఐనచో పాశ్చాత్యమానవవ్యక్తిప్రకృతియందూ జనసంఘము నందూగల ఆలోకాంధకారములు దోషములున్నూ వాటి వాటి పరిణామమున ప్రతిబింబితములై యుండితీరును; హెచ్చు తగ్గు లుండనేరవు అనగా యూరోపీయ జనసంఘములందును తల్లోకచరిత్రమందును విశిష్టదోషము లేతీరున నుండునో వాటికి షేక్స్‌పియరు రచన ప్రతికృతియై యుండును. ఆ మత సిద్ధాంతముల చొప్పున మానవ ప్రకృతి ఎంతపాపకలితమని యెంచబడెనో ఆమాలిన్యమాతని

రచనయందు గన్పట్టవలెను. కాని ఆతడు కేవలానుకారికాడనియు సృష్టికర్తయగు మహాకవి యనియు చెప్పియుంటిమికదా, అతని సృష్టియెట్టిదో పరిశీలింతాము.

ప్రాచ్యపాశ్చాత్యకవుల సృష్టిలోని భేదము.

జనసమాజమును తుత్తునియలుగ చేసి పర్యవేక్షణ మొనర్చి దాని ప్రకృతరూపమును ప్రతిబింబింప సమకట్టువారి కందలి దోషములే ఎక్కువ పొడగట్టును. ప్రపంచమునకు సద్బోధ మొనర్చువారిలో కవి యొకడు, కావున జనసంఘ మందలి పుష్కలదోషభావములను తగ్గించి సత్వగుణమును సంక్రమింపజేయు ప్రక్రియల నిర్ణయించి వాటిని తన బోధనచే జగమున వ్యాపింపజేయువాడే మహాకవి; కావుననే కవులు జగద్గురులని భావింపబడుచున్నారు. ఈయుపాయోపదేశమున ప్రాచ్యులకూ పాశ్చాత్యులకూ చాలాభేదమున్నది. ఆకవుల సృష్టి వారివారిబోధన కనుగుణముగ నుంటుంది, కావున సృష్టి మూలమున బోధనజేయుటలో - "ప్రాచి ప్రాచి, ప్రతీచి ప్రతీచి" అను కవివాక్య మన్వర్థము. పాశ్చాత్యులు సృజించిన తీరున ప్రాచ్యులు సృజింపలేదు. ఒకరు సంఘమందలి రజస్తమోగుణముల నుజ్వలరీతిని గన్పరచి వాటి ఫలములు ఘోరణయానకము లని దృష్టాంతములతో వర్ణింప, ఇంకొకరు సత్వగుణమును సముజ్వల రూపమున చిత్రించి దాని నవలంబించినవారి జీవితము సుఖాగారమౌనని దృష్టాంతములతో బోధించి మానవమానసముల నావంక కాకర్షింప యత్నించిరి. ఒకరు నరకయాతనల సృజించి, అవి నిర్భరములని నిరూపించి, జనసమూహముల పాపదూరులుగ జేయ సమకట్ట, రెండవవారు స్వర్గసుఖముల సౌందర్యము నభివర్ణించి సుఖ లిప్సయెడ నందరి దృష్టుల నాకర్షించి ఇహమున పరసుఖము ననుభవింపజేసిరి. పాశ్చాత్యకవిశేఖరుడగు షేక్‌స్పియర్ నరకమూ దాని యాతనా సృజింప ఆర్యకవిశేఖరులగు వ్యాస వాల్మీకులు పుణ్యవంతము పవిత్రమునగు స్వర్గమును సృజించిరి. అసాధారణ కౌశలమున ఇరుతెగలవారూ ఇట్టి సృష్టి చాలాకాలము క్రిందట నొనర్చిరి. అందెవ

రెక్కుడు కృతకృత్యులో తత్ఫలాఫలముల వీక్షించినచో నిశ్చయింపవచ్చును. హిందూసంఘముననూ యూరోపీయ జనసంఘములయందు నెవ్వరధికతరధర్మశీలురు ఎవ్వరధికతర సాత్వికభావసంపన్నులు - ఎవరు దయ, దాక్షిణ్యము, క్షమ, భక్తి మొదలగు సుగుణో పాసకులు? వారిలో నెవరియందు ధర్మప్రవృత్తి ప్రబలము? - ఈప్రశ్నలకిచ్చే సమాధానములబట్టి తత్కవుల సృష్టి ఫలాఫలములు చదువరులు నిర్ణయించుకొందురు గాక.

షేక్స్‌పియర్ సామగ్రి యాతని సృష్టి కనుకూలముగ నున్నది. వియోగాంత నాటకములే ఆతని ప్రధానసాధనసంచయము. అందలి రచనాప్రణాళి నరకమును సృజించి తద్దు:ఖాగ్నిని యాతనానిచయమును కన్నులకు కట్టునట్లు చేయగలదు. ఆసురసృష్టి కా నాటకము లుపచరించునట్లు దైవీసృష్టి కుపచ రింపవు. మానవులయందలి ప్రచండ పాశవప్రవృత్తుల ప్రబల రూపమున చెలరేగనిస్తే రక్తపాతము పరిణమించి తీరును, ఈప్రవృత్తులు పెరిగి పెరిగి తుదక మానుష. చర్యలగుటకూడా సహజము. ఈలోకమున వైరమెంత ప్రబలినా ఎక్కడో కాని రక్తపాతమున పరిణమింపదు, అదీ అతివిరళముగా గన్పట్టు చుండును. రక్తపాతమున కనువగు నవస్థలు జనులలో చాలా తక్కువ; జనసంకులములగు ప్రదేశములందుగూడా సాలుకు మూడో నాలుగో హత్యలు జరుగుచుండును. అట్టి బీభత్సకర్మలకు లోభమో, ద్వేషమో, వైరనిర్యాతనమో, స్త్రీయెడ సందేహజనిత క్రోధమో కారణమగుచుండును. ఇట్టి లౌకికావస్థలజూచి షేక్స్‌పియర్ వియోగాంతనాటకములు రచించెను. *[7]మేక్‌బెత్, ఒథెలో, ఇయాగో, రోమియో, బ్రూటస్, మూడవరిచర్డ్, జూలియట్, మేక్‌బెట్ రాణి మొదలగు అమానుషపాత్రముల సృష్టించి వియోగాంతనాటకముల నాతడు రచించెను. ఈపాత్రముల యందు యంత్రణ దు:ఖాగ్నియూ కలవు, తద్రచనయం దంతశ్శత్రుప్రాబల్యము మానవప్రకృతిని దాటి అసురసీమకు దాపగును.

శ్లెగెల్ అను జర్మను విమర్శకుడు మేక్‌బెత్ రాణిని "రంపెలాడి" అని నిర్వచించెను; అట్టి సాహసము, కృతఘ్నత నిర్దయా రాక్షసులకు చెల్లునుకాని మానవులందు

కానరావు, ఆమె ఒకానొకచోట - "అవసరమైనచో నేను పాలిచ్చి పెంచిన పసిపాపశిరము ముక్కముక్కలుగ చెక్కగల" ననెను. మన భాగవత మందలి పూతన యిట్టిదేకదా ! ఆమెకూడ శ్రీకృష్ణుని పాలిచ్చి చంప నుద్యుక్తురాలు కాలేదా ! ఇద్దరియందును కృతఘ్నత, ధర్మద్రోహమును సమానమే. ఆసురీప్రేమ పిచ్చియెత్తించ జూలియట్ అనేకవిధముల వాక్ఛలమున తన అంతరంగమును, యవ్వనలాలనయు రోమియో కెరిగించెను. అదే శ్రీరామునివంటివానిమ్రోల కావించెనేని రెండవ శూర్పణఖ అవతరించి యుండును. ఇద్దరికీ అనురాగ భేదము లవమైన కానరాదు. ప్రత్యాఖ్యానమున శూర్పణఖా విధిప్రేరితమున జూలియటూ విఫలమనోరథ లైరి. ఆమె సమరాగ్నిని ప్రజ్వలింపజేయ ఈమె ఆత్మఘాతకావించు కొనెను. సామాన్యకారణముచే ప్రేరితుడైన ఇయాగోచాతురి మానుషసీమను దాటి అన్న దాతయు ప్రభువునగు ఒథెతో హస్తములను స్త్రీహత్యాపామున పంకిల మొనర్చెను. ఇక మూడపరిచర్డిట్లనెను: -

> since I cannot prove a lover I
> am determined to prove a villain.
> వలపుజనియింపజేయగ బడుగునోట
> అసురగుణముల తప్పకే నభ్యసింతు.

అతని యనంతరచర్య యీవాక్యమును స్థిరపరుచునట్లు కవి వాని నసురునిగా సృజించెను. ఇట్టి యాసురికాదర్శ మొక షేక్స్పియరు నాటకములందేకాక ఆంగ్లశ్రవ్యకావ్యములకు తలమానికంబన జెల్లు Paradise Lost అను గ్రంథమున మహాకవి మిల్టన్ రచనయందుకూడ రాజిల్లుచున్నది. ఈగ్రంథమున కొంత భాగమేని చదువని ఆంగ్లభాషాభ్యాసకు లుండరు. అట్టివా *[8] రాగ్రంథమును చదివినపిమ్మట సైతాను (satan) ఆసురిక భీమప్రకృతి వారిహృదయములం దచ్చుపడినట్లు ఇంకొక చిత్రము నాటుకొనజాలదు. ఆకావ్యమున కాతడు నాయకునివలె సర్వశక్తుడై అన్ని కార్యములూ నిర్వహించుచుండును.

స్వర్గమర్త్యపాతాళము లాతని కర్మక్షేత్రములు. అతనిబలము కౌశలమును అపరిమేయములై పరమేశ్వరుని సృష్టియందు ఘోరవిప్లవమును జనింపజేసెను. సర్వజ్ఞుడు సర్వశక్తుడని పేరు వడసిన సర్వేశ్వరు డేమూల దాగియున్నాడో ఎఱుగజాలము. సైతానుని ప్రచండవిక్రమము, ఆసురశక్తి, భీషణదేవద్వేషమును కావ్యమందెల్ల ప్రాదుర్భవించును. దేవద్రోహి యగు సైతాను చేతి కీలుబొమ్మలయి, అతని ప్రలోభనమున బడి ఆదము అవ్వయు పాపానురక్తులై తత్ ఫలమె ట్లనుభవించిరో, పాపపరిణామ మెంత విషాక్తమో చూపుట కేమిల్ట నీరచనకు గడంగెనందురు. ఆకవివరుని మానసమున మానవప్రకృతియం దలి తమోమయ మలినభావములు సాక్షాత్కరించిన తెరగు ప్రకటించుట కా కావ్యము నాతడు రచియింప సమకట్టెను. అట్టిచో దేవభావముల నాత డేల చిత్రింపబూనును? ప్రబలమగు నాసురప్రవృత్తిని పెంపొనర్చి నైతికశాసన ప్రభావమును దరిజేరనీయని దుర్దమనీచ ప్రవృత్తియగు పాపమయప్రకృతి నామహాకవి చిత్రించెను.

మహాభారతమున గదాధారియగు నాసురప్రకృతి దుర్యోధనరూపమున నంతట తానేయైప్రబలి, తన యా వేగమున మహాత్ములగు ద్రోణకర్ణులను లోభవాగురులలోని కీడ్చి వారి ప్రతాపమంతయు సమరమున సమయజేసి, నైతికశాసనమును గానీ ఉత్తమపరామర్శమును గాని చెంతజేరనీయక - గాంధారి, విదుర, భీష్మ, ధృతరాష్ట్రుల హితబోధనను పూరికైన గొనక - కురుపక్షమున దేవద్రోహముచేయ కంకణముగట్టి, కురుక్షేత్రమందు ధర్మవిరుద్ధముగా ఘోరసంగ్రామము కల్పించి పృథ్వీతలమంతయు నెట్లు గడగడలాడించెనో, అట్టి ఆసుర బలమే మిల్టను తనకావ్యమున సైతానురూపమున చిత్రించెను. ఈరెండును బింబప్రతిబింబము లనజెల్లును.

ఆర్యసాహిత్యమున సృష్టిసంపూర్ణత

పాపపూరితమగు ప్రపంచమును చిత్రించుట ప్రయాస జనకముకాదు. ఎటుజూచినా అదే ప్రత్యక్షము; కనబడు దానిని చిత్రించుట కష్టముకాదు. కావున షేక్స్పియర్

ఇట్టి చిత్రముల నచ్చొత్తుటతోనే తృప్తిపొందలేదు. తద్రచన యందు సొంతనేరుపుకానితనము కూడా చూపెను. ఆతడు చిత్రించిన మేక్‌బెత్ రాణివంటి స్త్రీ అలౌకికపాత్రమే, అనగా పృథ్వియందట్టి వ్యక్తి పొడచూపదు.

ఆర్యకవు లీమార్గమునకు వ్యతిరేకముగా తమరచనను సాగించి ధార్మికులలో అసాధారణ మూర్తులు నిరూపించిరి. ఎల్లెడ బరగుచున్న ధార్మిక మూర్తుల చిత్రించుటవలన ప్రయోజనమేమి అని యడుగవచ్చును; కాని ధార్మికవ్యక్తులంతటా కుప్ప తెప్పలుగా నున్నారని యెంచవద్దు. అదీకాక సాహిత్యమున చిత్రింపబడిన వ్యక్తివిశేషములు స్థిరరూపమున నిల్చిపోవును, కావున కవి వాటియం దసామాన్య రూపసమావేశ మొనర్చుచుండును. అట్టి రూపసృష్టి చేయునపుడు సర్వసామాన్య చిత్రరూపములు మదిలో నుంచుకొనవలయు. ఆర్యకవులు అసామాన్య శరీర సౌష్టవమునకు తిలోత్తమ నాదర్శముగా కల్పించి, బాహ్యసౌందర్యమున నామె యెట్టి అసామాన్య సృష్టియో, అందు కనుగుణముగ మానసికసౌందర్యముగల పాత్రములు కూడా తమ సాహిత్యము నందు చిత్రించిరి. తిలోత్తమవంటి అనుపమ శారీరకరచన షేక్‌స్పియర్ చేయక పోలేదు. ఆతని యాదర్శములు మిరాండా (Of every creature's best=రత్నము) *[9] రోసలిండ్, హెర్మి యోన్;...కాని తత్తుల్యమానసిక సౌందర్యాదర్శమును సృజించుటలో నాతడార్యకవివరులకు వెనుకబడెను - అతని మిరాండా శకుంతలకు తీసిపోయినది; రోసలిండ్, హెర్మియోన్, ఇసబెలా, హెలీనాలు అసామాన్య సౌందర్యమూర్తులు కాజాలరు. వియోగాంత నాటకములయం దాతడు తిలోత్తమవంటిదాని చేయబూని మేక్‌బెత్ రాణి వంటి అసురసృష్టి నొనరించెను. రోమియో, ఇయాగో, మేక్‌బెత్ రాణి, మూడవరిచర్డ్ వంటివారు లేకుంటే భయంకరచిత్రసమన్వితములూ రక్తపాతపరిణతములూ అగు నాటకము లెట్లు వెలువడ గలవు?

ఆర్యసాహిత్యమునా ఇట్టి భయావహమగు సృష్టి లేక పోలేదు, కాని అట్టివారి కసురులనియే పేరు; వారి వ్యక్తులు మానవేతరములు, ధర్మద్వేషమందును

దేవద్రోహమందును వారు సుప్రసిద్ధులు. మిల్టన్ కావ్యమందిట్టి ప్రచండ రాక్షస సృష్టి సైతా నొక్కడే కలడు, కాని ఆర్యసాహిత్యము నందట్టివారు లెక్కలేనంతమందికలరు. వృత్రాసురుడు, హిరణ్యకశిపుడు మొదలగు వారెందరో దేవద్రోహులై అనేకములగు నుత్పాతముల కాధారభూతులైరి. వారితోకూడా అసురనాశకులగు దేవతలూ గంధర్వులే కాక ఎందరో ధర్మ వీరులున్నూ సృజింపబడుటచేత చదువరుల దృష్టి అసురుల వంకకు బోకుండా దేవతలయందే నిలుచును. మొత్తముపై ధర్మమునకే జయము తనరుచుండును; అందుచేత ఆర్య సాహిత్యము ధర్మజయమునే ప్రశంసించును. అంతర్వైరోన్మాదము, పాపపరాక్రమమునూ మూర్తివంతములగునట్లు రచించుట మహాకవులకు చక్కని రాజమార్గ మగునేని దీనికి తోడుగ జితేంద్రియత్వము, ధర్మ వీర్యమును మూర్తీభవింపజేసిన వారిప్రకర్ష వాడిపోవునా? మానవప్రకృతి కొకప్రక్క సముజ్వలరీతిని చిత్రించుట ఉచితమైతే, రెండవప్రక్కగూడా చిత్రించుట అనుచితమగునా? అదీకాక ప్రపంచమును ప్రతిబింబించుపట్ల అసురప్రవృత్తి మాత్రమే వ్యక్తీకరించిన లాభమేమి? దానికితోడు పరమేశ్వరుని *[10] అష్టవిభూతుల నమర్చి శోభావంతమగు ఆతని సౌమ్యమూర్తిని కూడా చిత్రించుట యుక్తము - అప్పుడు సమగ్రబ్రహ్మాండమున్నూ జాజ్వల్య మానశోభాయుతము భీషణమునగు మూర్తిద్వయము దాల్చును. ఆర్యసాహిత్యమున నిట్టి సంపూర్ణమూర్తి చిత్రింపబడినది. ప్రకృతికి ప్రక్కనే పురుషుడుండును కావున మూర్తిద్వయము సమానోజ్వల భావమున రాజిల్లుచుండును. శరీరమం దంగ ప్రత్యంగములు తత్తత్సమాన పరిమాణములతో వికాసమానములగుట చూస్తున్నాము. శిరస్సులేని మొండెమును కానీ అంగప్రత్యంగములులేని శిరస్సునుగానీ చిత్రిస్తే ఆప్రతిమ సంపూర్ణ మగునా?

షేక్స్పియరున్నూ అసురనాశకధర్మవీరుల చిత్రము లను రచించెను. కాని అవి ఉజ్వలరూపమున పెంపొదక పోవడముచేత అసురచిత్రములను మించలేకపోయెను. మేక్‌బెత్ కు ప్రతిగా మేక్‌డఫ్ బాంకోలున్నారు, కాని

వారసమర్థులు - రిచర్డ్, జాన్ మొదలగువారికి ప్రతియోగులే లేరు. కావున ఆనాటకములందు ఆసురిక చిత్రములు ప్రబలమై తత్ప్రతియోగి చిత్రముల నడగ ద్రొక్కినవి. *[11]

పుణ్యాదర్శముల ఆవశ్యకత, ఉత్కర్ష -

గహ్యాన్మైనపాపమూర్తి తద్భీషణపరిణామమున్నూ ప్రత్యక్షమయ్యేటట్లు రచియించి మానవుల దుర్మార్గదూరుల జేయు నుపాయ ముత్తమము గనుక ఐరోపీయ వియోగ నాటకముల యందలి ఆసురసృష్టిని కొంతవరకూ సమర్థింప వచ్చును. అలాగే కానీ. వాటిమూలమున పాప మెంతవరకు నివారింపబడినదను వాదమును విడిచి వియోగాంతనాటకములు చదివి రంగస్థలముపై వాటిని చూడడమువల్ల మంచి ఫలము చేకూరుననే ఒప్పుకొందాము. అంతమాత్రనా ఏమగును? మానవులను పాపమార్గమునుండి నివృత్తుల జేసినంతమాత్రమున పూర్ణసిద్ధి అయిందా? వారి చిత్తముల యందలి పరమార్థక్షుధను పరిమార్చ నక్కరలేదా? పార మార్థికచింతచేతనే కదా మానవుడు ప్రపంచమును పెద్ద జేయును; అట్టి చింతచేతనేకదా శాంతివృష్టిని కల్పించి అమృతధారల ప్రవహింపజేయును. ఈలాలనేకదా మానవప్రకృతికి ప్రబల మగు నిధానము- దయ, దాక్షిణ్యము, ప్రేమ, స్నేహము, భక్తి మొదలగు వాటి కాటపట్టు మానవాంత: కరణమేకదా? దీనిని పరితృప్తి చేయుటయందే మానవు డెల్లప్పుడును వ్యగ్రుడై యుండును. అట్టివానికి నరకయాతనా ప్రదర్శన మెట్లు లాభకారి కాగలదు? పాపభీతి కల్గినంత మాత్రాన పుణ్యప్రవృత్తి అలవడునా? మానవులయందు ధర్మాసక్తి వెలయింపవద్దా? సద్వృత్తుల తృప్తిచేయు సాధన మేది? ధార్మికాదర్శముల సృష్టింపవద్దా? ఒకపుణ్యాత్ముని పవిత్రచరితమును పఠిస్తే అది మనమానసముల నాకర్షించును, తన్మూలమున పరమానందము కల్గును. ఇట్టి యానందము పాపచరితముల పఠించి తద్భీషణపరిణామములకు భయపడునప్పుడు కల్గునా? పుణ్యఖనులయొక్కయు మానధనులయొక్కయు

ఉదారత, దానవీరుల మహత్త్వమున్నూ మన మానసముల నలరించి అంత:కరణముల యందు సత్ఫూర్తి పరిఢవిల్లజేయును. ఇట్టి కార్యసిద్ధి యింకొక తెరగున ఘటిల్లునా? పాపకంటకములు దూరమునకు తోసి పుణ్యబీజములు మానవమానసములయందు నాటుటకు పుణ్యాత్ముల సౌశీల్యమున్నూ ధార్మికుల ఆదర్శోన్నతీ చిత్రించుటే పరమసాధనము. పాపమూర్తులు పలుమారు చూస్తే మానసము పాపావిల మవునట్లు ధర్మజ్యోతిని పలుమారు చూస్తే పాపము దూరమగుటే కాక మన హృదయములందు పుణ్యము నెలకొనును. ధర్మమూర్తులగు యుధిష్ఠరశ్రీరాముల చరితములు పలుమారు పరిశీలనము చేస్తే మన మానసము పవిత్రమవుతుంది. అందరియందు నట్టి సౌశీల్య ముండదు. మానవుల చిత్తవృత్తు లెంత పుణ్యమయములై అసాధారణసౌందర్యమున విలసిల్లుచున్నా, శ్రీరామయుధిష్ఠిరుల వృత్తములు వారి కున్నతి చేకూర్చునే కాని అవనతి కల్గింపవు. పుణ్యాత్ముల ఆకర్షణశక్తి, పవిత్రశీలుల సౌందర్యము, ధార్మికుల ప్రభావము, మానవమానసముల నాకర్షింపక యుండలేవు; కావున అందు కనుకూలమగు తీరున సంఘములను కవులు చక్క జేయవలయును. ప్రకృతిచేతనే మానవులయందు దైవీ ప్రవృత్తిబీజము లున్నవని చెప్పియుంటిమి. అందుకే అనేక శతాబ్దములక్రిందట ఆర్యసాహిత్యమందు సంచిత మొనర్చిన ధర్మబలము ఇప్పటికిన్నీ హిందూసంఘముల నడిపించుతూ, అందలి పవిత్రప్రవృత్తుల రక్షణ చేయుచూ, అసాధారణ ధార్మికప్రవృత్తుల నతిశయింపజేయుచున్నది. చూచితిరా పుణ్యాదర్శముల ప్రభావము!

సాహిత్యమున అలౌకిక సాధన -

సర్వసాధారణము కానిది అలౌకికము. అసామాన్యములు అలౌకికములు కాకుండుటచేతనే సాధారణమానవుల జీవితము ఊరూ పేరూ లేక నశించును, వారచిరకాలమున మరపు వత్తురు. ఎప్పుడూ కన్నులయెదుట నుండే వాటికి చిత్తాకర్షణశక్తి యలవడదు - "అతిపరిచయమున అవజ్ఞ" అనన్యసమానులు,

అద్భుతవ్యక్తులున్నూ చిత్తము నాకర్షించి అందు నెలకొని స్మృతిపథమునుండి త్వరలో తొలగరు. కవుల సృష్టిలోనివా రిట్టివారే, కావున తత్సృష్టి అద్భుతావహ మగును. ఇట్టి అద్భుతవ్యక్తులను చిరస్మరణీయుల చేయడముకోసము కవులు తమ రచనయందు ప్రకృతిసీమను కొంచెము దాటవలసి వచ్చును. అంతట నాచిత్రములకు అలౌకికత అలవడును. మేక్‌బెత్ రాణి యిట్టి అలౌకిక చిత్రమున కొక దృష్టాంతము. ఒథెలో, రిచర్డ్, గోనరిల్, జాన్ మొదలగు పాత్రము లన్నియూ ఇట్టివే. ఇట్టి యమానుషకల్పనలు మహాకావ్యములం దావశ్యకములు; అత్యంతాద్భుతములు కాకపోతే అవి చిరస్మరణీయములు కాలేవు.

మిల్టన్ రచించిన సైతానుపాత్ర మత్యంతాద్భుతరసపూరితము కావుననే కల్పనాజగమున సర్వాధికారము చలాయిస్తూన్నది. ఆదము అవ్వల సరళతయు పవిత్రతయు నద్భుతములే. అతడు రచించిన నరకచిత్ర మత్యద్భుతమూ సువిస్తృతమే కాని ఆతని స్వర్గసృష్టికిమాత్ర మాగుణ మబ్బలేదు; అందుకే ఆస్వర్గముకన్న ఆనరకమే చిరస్మరణీయమైంది.

అమానుషిక పాపచిత్రములం దొక దోష మంది. మిల్టన్ సైతాను పాత్రమువలె వాటి విశాలత, ఉన్నతి, గాంభీర్యమూ మన హృదయములందు వెరగు విస్మయమును వొడమజేసి అనురాగము నంకురింపజేయుటచేత పూర్ణభావమున దానియెడ రోతపడము. ఎందుకంటే పైనుదహరించిన గుణసమృద్ధిచేత ఆపాత్రయందు లేశమైనా అనురక్తియు, సానుభూతియు ప్రభవింపకతీరవు. దానిని జూచి యెంత రోయుదా మనుకొన్నా చిత్త మాదెసకే పారుచుండును. పాపకలిత మని మన మెఱిగినా ఆపాపము మన కగుపడదు. అలౌకికపుణ్యచిత్రముల కీమచ్చయుండదు. పుణ్యచిత్రము స్వాభావికముగా మనోరంజకము, అందద్భుతరసము మేళవించినచో ఫలము ద్విగుణించును. అట్టి చిత్రమును జూచి యానందించువారు అది లౌకికమో అలౌకికమో చర్చింపనేలేరు. తత్పవిత్రాంబుధిపుణ్యవీచికల దూగుచూ, తద్దివ్యకథాసుధారసము గ్రోలుచూ, ఆశ్చర్యవిహ్వలత వారి మానసములు తథ్యమిథ్యావివిక్తిని కోలుపోవును. ముగ్ధుల

కట్టి వివేక ముండునా? తత్పవిత్రగంగాప్రవాహమున సంశయపంకము తుడుచుకొనిపోవును.

కామక్రోధాదులు పశువృత్తిబీజము లనియూ దయా దాక్షిణ్యాదులు దైవీప్రవృత్తిబీజము లనియూ చెప్పినాము కదా? మొదటివి చేర్చి రచించిన అద్భుతకల్పన ఆసురము, రెండోవి జేర్చి రచించిన అద్భుతకల్పన దైవీకల్పన. పాశ్చాత్యసాహిత్యమున ఆసురసృష్టి సమృద్ధిగా నున్నందున దాని అధి క్యమువల్ల దైవీకల్పన ప్రచ్ఛన్నమూ మలినమాయెను. ఆర్య సాహిత్యమున దివ్యప్రకృతిసుందరప్రభాచ్ఛటలమధ్య అందలి పాశవప్రకృతి ప్రజ్వరిల్లదు. శ్రీరాముని పుణ్యచిత్రప్రభావమున రావణుని పాపచిత్రము పాతువడింది; శ్రీరామభరతుల గాఢ స్నేహప్రభావమున కైకేయీ మందరల పాపచిత్రములు రూపుమాసినవి. ఆపాపకల్పన శ్రీరామభరతచిత్రములను కౌసల్యాసీతల చిత్రములనూ ఉజ్వలప్రభాభాసమానములుగ జేసి తాను నిబిడాంధకారమున విలీన మైనది.

శ్రీరామయుధిష్ఠిరులందు అలౌకికధర్మాదర్శము లుండిన లాగున తక్కినరాఘువులయందునూ పాండవులందునూ అలౌకిక భాతృప్రేమ కద్దు; పురు పరశురాములందు అలౌకిక పితృభక్తికద్దు. పరశురాముడు పితృభక్తి ప్రేరితుడౌటనే కదా తండ్రియాజ్ఞను మన్నించి తల్లి తల ద్రెవ్వనేసెను? ఆమెను తిరిగీ జీవింపజేయు సామర్థ్య మాతనియందు లేదు, అట్లు జరుగు నను ఆశయు నున్నట్లు తోచదు. ఆతని చరితమును విన్న వారి హృదయములందు పితృభక్తి గౌరవ మినుమడింపదా? కవి యుద్దేశము సఫలము కాలేదా? మహాకావ్యరచనాచాతుర్యము చూపుట కిట్టి ఘటనాసమావేశ మొనర్పవలయును, అట్లు చేయకున్న రసస్ఫూర్తి గాంభీర్యమున్నూ జనింపవు. పితృభక్త్యావేశముననేకదా ఇరువదియొకసారి యాశూరుడు క్షత్రియకులనాశ మొనర్చెను. పితృ దేవతలను సుఖపెట్టుటకు భగీరథుడెంత కష్టసాధ్యమైన కార్య మొనర్చినాడు! పంచ పాండవులు మాతృభక్త్యవతారము లనవచ్చును. అలౌకికపతిభక్తి:కుదహరణములనేకములుకలవు. సతి, పార్వతి, గాంధారి,

ద్రౌపది, సీత, సావిత్రి, కౌసల్య, దమయంతి, అరుంధతియు ఆర్యసాహిత్యమున ఆదర్శపతివ్రతలు. వారి అలౌకికప్రేమ పతిభక్తిగా పరిణమించింది. కర్ణుడు, బలి, హరిశ్చంద్రుడును దానవీరులు; శ్రీరాము డలౌకికసత్యపాలకుడు; లక్ష్మణు డసామాన్య బ్రహ్మచారి,

ఇట్టి పవిత్ర ధర్మాదర్శము లొకచాయ ఆసురప్రతిమ లింకొక చాయ ఆర్యసాహిత్యము నలంకరించుచున్నవి; రెండూ అలౌకికములే. పాపదమన మొకవంక పుణ్యోదయ మొకవంక పరిఢవిల్లుచుండ, ద్వివిధసంపదచే ఆసాహిత్యము పాపనివృత్తి నొనర్చుటేకాక పుణ్యపథప్రవృత్తి నాపాదిస్తూన్నది. ఇంతకన్న ఉన్నతాదర్శములు భావనాతీతములు.

ఇందలి యా థార్థ్యమునకు చిన్నదృష్టాంతము నవలోకింతాము - భీమసేనుని గదాప్రహారమున దుర్యోధను మారుభంగ మాయెను. దృష్టారుల బాకు దెబ్బలచేత శరీరము రక్తసిక్తమై రారాజు అడవి మొఱలిడుచుండ అశ్వత్థామ చేరవచ్చి, అనునయించి, ప్రభువునకు సంతసము గూర్ప పృథ్వి నపాండవ మొనర్తునని నమ్మించి, ప్రతిన జేసి సేనాధిపతి అయ్యెను. పిమ్మట నిశీథమున పాండవ శిబిరము జొచ్చి ఆత్రమున పాండవు లను భ్రాంతిచే ఉపపాండవులైదుగురి గొంతుకలు కోసెను. అట్టి అసురకార్యనిర్వహణము విని ఆపాదమస్తకము అడలనివారూ ఆశూరమ్మన్యు నేవగింపనివారూ ఉందురా!
దుర్యోధనుడుమాత్రము సంతసించెనా? పాండవులు చావరైరికదా అని పల్లటిల్లి ప్రాణములు విడిచెను. కౌరవవీరుల ఈభయానకబీభత్సపై శాచిక ప్రవృత్తిని గాంచి రోతపడనివా డెవడు? దీని యనంతరసృష్టిని తిలకింపుడు -
పుత్త్రశోకోపహతచిత్తయై ద్రౌపది కన్నీరు మున్నీరుగా నేడ్చుచుండ ఆదు:ఖ మపనయించి ఆమెకు సంతసము చేకూర్ప "దేవీ, నీపుత్త్రఘాతకుని శిరము ఖండించినీ కుపాయనముగా కొనివచ్చెదను; ఇదే యీఘోరపాతకమునకు తగిన ప్రతీకారము" అని అర్జునుడు ప్రతిన జేసి శ్రీకృష్ణ సహాయుడై అశ్వత్థామను కట్టితెచ్చి ద్రౌపది మ్రోల బడవైచెను. పుత్త్రశోకాతురయగు ఆసాధ్వీమణి

నీసందర్భమున శ్రీమద్భాగవతమున వ్యాసభట్టారకు డిట్లు వర్ణించెను : -
పశువువలె త్రాటం గట్టబడి తానొనర్చిన ఉత్కటపాపమునకు ఫల మిహముననే
లభించెగదా అని బాలవధజనిత పరమలజ్జాప రాఙ్ముఖు డైన
అశ్వత్థామకునమస్కరించి పరమసాధ్వినిట్లనియె. "నాథా? ఈబ్రాహ్మణకుమారుడు
గురుతుల్యుడు మీరు సాంగధనుర్వేదమూ నిస్తులాస్త్రవిద్యాగూఢమర్మములునూ
ఈమహాత్ముని జనకు లగు ద్రోణాచార్యులయొద్ద నభ్యసించి జగదేక
శూరులైతిరికాదె? భగవత్స్వరూపు డగు ఆమహాత్ముని కేకపుత్త్రు డీతడు -
పతివ్రతాతిలక మగు నీతని జనని వీరమాతకృపి యీతని కొరకుకాదె సహగమన
మాచ రింపలేదు. అట్టి లోకోత్తరమగు గురుకులమును పూజించి తత్ప్రతిష్ఠ
లోకమున వ్యాపింపజేయుట న్యాయము కాని, దాని కవమానము సంధింజేయుట
మీవంటివారి కర్తవ్యముకాదు. గౌతమపుత్త్రి సాధ్వియునైన మీ గురుపత్నికి
పుత్త్రశోకము తెచ్చిపెట్టినానన్నరట్టు నాకేల? దాన నాపరితాప మారునా?
మనతోగూడ ఆమె పుత్త్రశోకానలమున మడియ నేల? ఇప్పటికే
బంధువియోగానలమున సంతప్తమగుచున్న మనకులము గురుకులతిరస్కారశోక
దవానలమున దహింపబడ నేల? ఇతడు చిరజీవియై యుండి ఈతని తల్లి నావలె
కడుపుదు:ఖమున కమలకుండుగాక" అని పల్కి అశ్వత్థామను విడిచిపుచ్చెను.
<>

1. భూసురుఁడవు, బుద్ధిదయా। భాసురుఁడవు; శుద్ధవీరభటసందోహా
గ్రేసరుఁడవు, శిశుమారణ। మాసురకృత్యంబు ధర్మమగునే తండ్రీ?
2. ఉద్రేకంబుననరారుశస్త్రధరులై। యుద్ధావనిన్ లేరు, కిం
చిద్ద్రోహంబును నీకుఁజేయరు బలో। త్సేకంబుతో చీఁకటిన్
భద్రాకారుల, చిన్న పాపల, రణ। ప్రౌఢక్రియాహీనులన్,
నిద్రాసక్తుల సంహరింప నకటా ! నీచేతులెట్లాడెనో?.......
3. ద్రోణునితో శిఖింబడక। ద్రోణకుటుంబిని యున్న దింట, స
క్షీణతనూజ శోకవివ। శీకృతనై విలపించుభంగి, నీ
ద్రౌణి దెరల్చి తెచ్చుటకు। దైన్యము నొందుచు నెంతవొక్కనో,
ప్రాణవియుక్తుడైన నతి। పాపము బ్రాహ్మణహింస మానరే.

పుత్రశోకోద్వేగావిలమానస యగు ఆమానినీమణి ధర్మానురక్తి ఎవరిమనము నక్కజపరుపదు? ఇట్టి అలౌకిక సహృదయత, క్షమ, ధర్మప్రీతిగుంఫితచిత్రము అశ్వత్థామ నింద్యచిత్రమును మరుగుపరచి, ఉదారమూ శాంతము నగు రసముచే చిత్తము నార్ద్ర మొనర్చి, ధర్మానురాగ ముదయింపజేయుటచే ఎట్టి పాపచిత్రమైనా చిత్తమునుండు తొలగి అంత:కరణమున ధర్మబల ముద్భవించును. అట్టి బలసంపద చేతనేకదా అబలారత్నమగు యాజ్ఞసేని గర్భశత్రువగు అశ్వత్థామను గాంచినతోడనే శోకతాప మార్పుకొనజాలెను.

సాహిత్యమున రసక్షేత్రములు -

వియోగాంత నాటకములగొప్ప భయానక కరుణా రసములం దున్నది; కాని పరిణామము రక్తపాత మయినచో బీభత్సరస ముత్పన్నమై పెచ్చుపెరిగి పైరెండు - రసముల నణగ ద్రొక్కి తానే రాజవుతుంది. రక్తపాతము చూచినా, విన్నా, తుదకు స్మరించినా కూడా బీభత్స ముదయించి గుండె తటతటలాడి, తనువెల్ల కంపించి చిత్తము క్షోభజెందును. ఆభావము రూపుమాసేదాకా దయాదాక్షిణ్యములు పొడచూప జాలవు. ఎవరిపైదయ? చంపబడినవానిపై సాధారణముగా దయపుట్టదు. ఒకడు మఱొక పాతఘాతకుని జంపినచో పురాతనమారకునియెడ జాలిపుట్టక నవీనుడే దయకు పాత్రుడగును. ఎట్లన, పినతండ్రిని హేమ్లెట్ పిల్కుమార్చెనే, ఇందెవరిపై దయ పుట్టును? నిస్సంశయముగా అందరూ చిన్న హేమ్లెట్ నే మెచ్చుకొందురు. మేక్బెత్ ప్రభువు మ్రందిన పిదప దయకు పాత్రుడవునా? కీచకదుశ్శాసనుల హత్యానంతరము వారియెడ అనుకంప జనించునా? ధార్మికులు నిగ్రహింపబడిననూ నిహతులయిననూ వారియెడ దయ పుట్టుట సహజము - సావిత్రి, సీత, దమయంతి, శకుంతల, ఉత్తర, డెన్డెమొనా, కాన్స్టెన్స్, ఒఫీలియా, పాండవులు, లియర్ మొదలగువారే ఇందుకు ప్రమాణము. వియోగాంతనాటకముల సంకీర్ణక్షేత్రము పాపపూరిత నరకకుండము; అందు పాపము కాలక్రమమున భయావహయై దుర్నిరీక్ష్యావస్థల బొందుతుంది; దాని

చిత్రించుటకు కావలసిన ఉపాయము లన్నియూ అందు సంచితములగును - అటులనే పుణ్య మేయే అవస్థలయం దేలాగు విజృంభించునో చూపడమున కందవకాశము లేదు. లియర్‌నాటకమున ఇట్టి రచనకు వీలులేక పోవుటచే నిగృహీతుడైన కథానాయకు డొకడే దయకు పాత్రుడయ్యెను. ఒకవంక కార్డీలియా ఇంకొకవంక నామె అక్కలు - వీరి జీవితవైషమ్యములు నిరూపించుటకే రాజుగారి పాత్రము కల్పించబడింది. శ్రీరామయుధిష్ఠిరుల చరితము లెట్టి దురవస్థయందున్నూ తామరమొగ్గలవలెవికసించి క్రమముగా స్ఫూర్తివహించి ఉన్నతధర్మాదర్శముల కునికిపట్టులై శాంత రసమును ప్రసరింపజేయును. అట్టి ఉపాయసంచయము ఆర్యసాహిత్యాంతర్గత మహాకావ్యములయం దమరింది. కాని వియోగాంత నాటక సాహిత్యమున నట్టి దనువుపడదు. దుష్యంతుడు ధర్మానురక్తిని శ్రీరామధర్మతనయుల కోడి పోవును. షేక్‌స్పియరు నాటకములందే కాక ఇతర ఆంగ్లసాహిత్యగ్రంథములందున్నూ ఇది అసంభవ మాయెను. లాటిన్ గ్రీకు సాహిత్యములందు కూడా ఇట్టి చిత్రములు మృగ్య ములు; అందు శౌర్యవీరుల చిత్రములు కరవుతీర కలవు. ధర్మవీరుల ప్రతిమ లెందునూ కానరావు. శ్రీరామ ధర్మ నందనులు మానవ కల్పనాసీమనెల్ల కప్పియున్నారు. ఇం కేది చేర్చుటకూ సూదిముల్లు మోపు చోటైనా లేదు. వారిచరిత మందలి అనల్పకల్పన మానవ హృదయములందు భక్తి శ్రద్ధల పుట్టించి వాటిని శాంతరస ముద్రితముల జేయును.

డెస్‌డెమోనాపాత్ర మనల్పకృపాపాత్రము: లియర్ తన అవివేకముచే తెచ్చి పెట్టుకొన్న కష్టములు పాషాణ హృదయము నైనా కరిగింపగలవు. పతివియోగమున ఉత్తరవలె సుతవియోగమున కాన్‌స్టెన్స్ మనో వైకల్యము చెంది ఊరడిల్లుటకు ఉపాయాంతరము లేనందున పిచ్చియెత్తి తానేడ్చి యితరుల నేడ్పించినది. అంతతో ఆమెపని సరి. వియోగాంత నాటకనీరంధ్రనిబిడాంధకారమున డెస్‌డెమోనా చిన్న నక్షత్రమువలె మినుకులాడుచున్నది. చండభానుడు కేతుగ్రస్తుడై నప్పుడు

దివసమంధకారమయమై మట్టమధ్యాహ్నమున చీకటి గ్రమ్మును. అప్పుడు కొన్ని నక్షత్రములు గగనమున పొడచూపును; డెన్‌డేమొనా అట్టిచుక్క. నాటకబీభత్సాంధకార మామె స్వచ్ఛజ్యోతి నాచ్ఛాదించినా, దయకించుక తావుంచినది. వియోగాంతనాటకములం దిదే వరుస - ధర్మజ్యోతి ఆ నాటకముల పాపాంధకారమున బడి వెలుగుదామని ఎంత యత్నించినా, సముద్రమున బడు వర్షధారలవలె స్వీయనిర్మల రుచిని నిల్పుకొనజాలదు. ఆనాటకములందు ధర్మాభాస ముండునే కాని ధర్మవ్యాప్తికి తావుండదు. ఇది ప్రబలెనా నాటకము వియోగాంతము కానేరదు. అట్టి నాటకములందు స్థాయీభావము నొందదగినది భయానకరసము; పరిణామమున నుండదగినది కరుణరసము. ఈ రసోద్రేకములందు ధర్మ వికాసమునకు వీలులేదు. ఒకవేళ ధర్మవిన్యాస మొనర్ప యత్నిస్తే వెంటనే శాంతరస మవతరించవలెను, అప్పుడు వియోగాంతమునకు రసభంగము కల్గును. అందుచేతనే వియోగాంతనాటకములు శాంతరసముజోలికి బోవు. శాంతరస ప్రాబల్యము చూడవలెనంటే ఆర్యసాహిత్యమందలి మహా కావ్యములూ నాటకములూ చదువవలయును.

సాహిత్యమున వీరత్వము -

ఆంగ్లవియోగాంతనాటకములలో పాపచిత్రణ మెట్లు ప్రబలెనో, పాపగతి యెట్లౌన్నత్యము వహించెనో, అట్లే ఆర్యసాహిత్యమున ధర్మచిత్రణము బ్రబలి ధర్మగతి ఔన్నత్యము నొందెను. మిల్టనుకృతియందు పాపవీర్యము తద్విజయమును ప్రకటింపబడినరీతిని ఆర్యకృతులయందు ధర్మవీరత్వము తద్విజయమును బ్రకటింపబడెను. ఆవీరత్వమును పెంపొనర్చుటకు దానితో నింక రెండు తెరగుల వీరత్వము జోడింపబడి వికాసము నొందెను. అందొకటి బలవీరత్వము, రెండవది చాతురీవీరత్వము - భీముని బలవీర్యము ధర్మాధీనము; దుర్యోధనుని దట్లు కాదు. భీము బాహాబలమును మహాశక్తియు దుర్యోధనునందూ కలవు; కావున వారిద్దరూ ప్రతియోగులు. అర్జుననకు

ప్రతియోగి కర్ణుడు; ధృష్టద్యుమ్నుని ప్రతియోగి ద్రోణుడు; కర్ణుని ఆసురవీరత్వమునకు ప్రతియోగి ఘటోత్కచుడు; భీష్మునకు పాండవులందరూ ప్రతియోగులైనలాగున నభిమన్యునికి కురువీరు లందరును ప్రతియోగులు - యుధిష్ఠిరునకు ప్రతియోగి యెవరు? భీమార్జునులవలె దేహబలమున గాని సమరచాతురని గాని అతడు ప్రధానవీరుడు కాడు. సమరమున రాధేయున కోడి కాందిశీకుడు కాలేదా! అతని యందు ప్రధానవీరత్వము ధర్మవీరత్వము; ఈవిషయమున భీమార్జును లాతని యెదుట తలవంచుకొనవలయును. కురుపక్షమున ధర్మవీరత్వము భీష్మునియందును విదురునియందును కలదు. పాపపక్షమున నుంటచే వారివీరత్వము ప్రస్ఫుటితమగుటకు పూర్ణావకాశము చిక్కింది. పాండవపక్షమున ధర్మతేజోతిశయము మెండుకొన్నది; ప్రశాంత ధర్మాదర్శమన్న నిదే.

ఇంకొక విలక్షణమగు ఆదర్శము శ్రీకృష్ణుడు. అతని చరితమును విమర్శిస్తే తేలే సారాంశ మిది - పాపపక్షము నందలి బలము కౌశలమూ ఎంతఉన్నా దైవబలకౌశలములకు చాలదు. దైవబలమే సర్వోన్నతమగు బలము, తత్పక్షమే ఉత్కృష్టబలిష్ఠము, మానవపరాక్రమముకన్న దైవపారాక్రమమే దృఢము; అందుచే దైవబలమే సర్వదా విజయ మొందును, ధర్మము దైవబలము నాశ్రయించి యుండును. పార్థివబలమునాధారముచేసుకొన్న కురుపక్షము ధర్మబలమునూ దైవబలమునూ నమ్ముకొని యున్న పాండవపక్షమునకు సమకక్షియై నిలువ గలదా? కురుపక్షమున ధర్మవీరులు లేరు; దైవసహాయము లేదు; కనుకనే దానికి సర్వనాశము సంభవించెను.

సాహిత్యమున దేవత్వము -

మహాభారతమునకు నాయకు డెవఁడు? భీముడా? అర్జునుడా? వారిరువురూ యుధిష్ఠిరుని యధీనమందలివారు కావున నాయకులు కాజాలరు. యుధిష్ఠిరుడా? ఆతడు శ్రీకృష్ణు నధీనమున నుండె కావున అతడూ కాజాలడు.

శ్రీకృష్ణునే నాయకునిగా నెంచవలయును. విశ్వమున కంతకు అధీశ్వరుడై బ్రహ్మాండమున కెల్ల నాయకుడై, సర్వశక్తుడు, సర్వవ్యాపియునగు భగవత్స్వరూపుడు శ్రీకృష్ణుడే భారతకథానాయకుడు. అతడు ధనస్సు ధరింపకున్నా అందరి యంత:కరణములందును అన్ని చోటులను అతనిశక్తియు కౌశలమును అఖండ రూపమున తేజరిల్లుచుండెను. అయుతసంఖ్యాకులు అస్త్రశస్త్రధారు లగు వీరులు నిరస్త్రుడగు నాతనికి సాటిరారు. అతని శక్తి కౌశలములకు ఇరువీడుల వీరశిఖామణులు "జితోస్మ:" అనవలసినవారే. మహాభారతమున అడుగడుగున ఆతని ప్రభావమున కచ్చెరువు వడుచుందుము. ఇట్టి చిత్ర మాంగ్లసాహిత్యమున లభించునా? కల్ల. మిల్టన్ రచించిన మహాకావ్యమున భగవంతుడు నిర్జీవప్రతిమవలె ఏమూలనో నిమిడి యుండును. శ్రీమద్రామాయణమున కూడా అట్లే, కాని భేదమిది - అందు వీరత్వములకెల్ల ఆధారభూతుడు శ్రీరాముడే. భీము బలము, విజయు కౌశలము, ధర్ంజు ధర్మగౌరవమును శ్రీరామునియందు కేంద్రీకృతము లగుటచే వా రందరికన్న ఆత డధికుడు. ఈ మూడింటికితోడు శ్రీకృష్ణుని ప్రభావ మాతనియందు దేదీప్యమానమై వెలుగుచున్నది. శ్రీరాముని యందు సమష్టిచెందిన శక్తులు వ్యష్టిరూపమున శ్రీకృష్ణపాండవుల చిత్రములందు గాంచనగును. శ్రీరాము డాకావ్యమున సర్వశక్తుడు, సర్వవ్యాపి; అతని బోలు వ్యక్తి యింకొకడందు లేడు. అనంతశక్తి, అసమబలము, అద్వితీయవీర్యము నొక్కచోట కూర్చి శ్రీరాముని పాత్రము చిత్రింపబడి యుండనోపు. త్రివిధవీరత్వము శ్రీరామునియందు ముప్పిరిగొన్నదిచూడండి - ధనుర్భంగ మొనర్చునపుడును రాక్షసుల దునుమాడునప్పుడును భీమబలము, పరశురామ గర్వభంగమున రావణకుంభకర్ణనిధనమందు విజయకౌశలమును, మొదటినుండి తుదవఱకు ధర్మవీరత్వమును ప్రకటిత మగును. రాఘువులందరు ధర్మ వీరులే; కాని శ్రీరాముడు వారిలో నాయకమణి. నిండోలగమునుండి నిర్జనాటవులకు బోవునప్పుడు, వనవాసులగు మునుల యార్తి తొలగించునపుడు, సుగ్రీవునితో

సఖ్య మొనర్చునపుడు, విభీషణునకు శరణు నొసగునపుడును శ్రీరాముని ధర్మాసక్తి ఈరేడుజగముల కెగబ్రాకును. ఇం దాతని తుల్యుడు ఆర్యసాహిత్యము నెల్ల శోధించినా కానరాడు. మందోదరి తన పతిని శ్రీరామునితో సంధిచేసుకొమ్మని పలుమారు నిరోధించుటకు హేతు వేమి? శ్రీరాముడు లోకైక వీరుడు గాన అతని బలమునకూ చలమునకూ వెఱచియా? కాదు కాదు. ఆతని యం దొక విలక్షణమైన శక్తి అనగా దైవబల మున్నదని ఆమహాసాధ్వి గుర్తించింది. అతనియందట్టి తేజు గాంచి తత్ప్రభావమును సాక్షాత్కరించుకొన్నది కావున ఆమె "నాథా! శ్రీరాముడు జననమరణ రహితుడు; సర్వశక్తుడు; సర్వాంతర్యామి; ప్రకృతిప్రవర్తకుడు; సనాతనుడు; పరమపురుషుడును కానోవు. శ్రీవత్సాంకుడు; అక్షరుడు; పరిణామ శూన్యుడు; సత్యపరాక్రముడు, అజయుడు; సర్వలోకేశ్వరుడు; లక్ష్మీపతియు నగు విష్ణువు సమస్తజగత్కళ్యాణ సంధాయి కావున తాను మానవరూపముదాల్చి దేవతల నందరిని వానరుల గమ్మని, భూభారనిర్వహణార్థము మహాబలసంపన్నులు అమిత పరాక్రములు, లోకవిద్రావణులు, త్రిలోక భీకరప్రవృత్తులు నగుమిమ్ము సమూలము సమయింప జేయుటకు వచ్చియున్నాడని నాకు *[12] పొడగట్టు చున్నద"ని మొఱపెట్టెను.

శ్రీరాముని చరితము పార్థివదైవబలస్ఫూర్తియుతమగు అద్వితీయవీరత్వ సంపదచే విలసిల్లుచున్నది. ఆత డపరసృష్టి యని చెప్పియుంటిమికదా వియోగాంత నాటకము లం దిట్టి సృష్టి అసంగతము. అవి ధర్మమునకు యధాహన్ మగు పదవిని కల్పించనేరవు. ఇరుతెరగుల బలవీర్యము కల్పింపజాలిన మిల్టన్ కూడా ఇట్టి రచన చేయ మొదలుపెట్టి గర్వనిర్భేద మగు అసురసృష్టితో ముగించెను. లాటిన్ గ్రీకు సాహిత్యములందు పార్థివబలము ఆసుర వీర్యమూ కలిపి చేసిన కల్పన లెన్నో యున్నవి; కాని వాల్మీకి రచనవంటి సుందర చిత్రణ మెందున్నూ కానరాదు. ఇట్టి ధర్మాదర్శములకూ వీరత్వసృష్టికి దివ్యశోభకూ లీలాక్షేత్రములు రామాయణ మహాభారతములే. ఆమహాసముద్రముల యందలి బిందువులగొని కవులు చిన్న చిన్న గ్రంథములకు, పెద్ద పెద్ద కావ్యములను రచించి చదలేటిని

భూమిపై ప్రవహింప జేసిరి. ఆప్రవాహమున మున్గినవారు తదమృతరసా స్వాదన మొనర్చి సుఖు లయ్యెదరు. ఆ దివ్యసుధ యింకొక సాహిత్యమున లభింపదు, భారతవర్షమునకది అమూల్యనిధి; తదపూర్వ దివ్యసుందర సృష్టి ననుభవించిన వా రెల్ల తద్గాంభీర్యము పవిత్రతయు గాంచి మ్రాన్పడుదురు.

1. *క. ఎక్కడనడచును సత్యం బెక్కడధర్మంబు పరగు నెక్కడగలుగుం జక్కటినిలుచుం గృష్ణుండక్కడ నతడున్న కతన నగుజయ మధిపా|| తిక్కన - ఉద్యో||పర్వ||
2. * శ్రీమద్రామాయణము మహాభారతమును కేవల ధర్మోపదేశమునకై రచించినగ్రంథములేకావు. వాటియందు రాజనీతి, సాంఘికనీతి, ధర్మనీతి, లోకనీతియు గానవచ్చుచున్నవి. ఇవి కేవల మహాకావ్యములే యనరాదు, యుగయుగాంతరములనాటి సమాదరణీయసామగ్రి అందున్నది కావున వీటిని భారతవర్షేతిహాసము లననొప్పు పితరులయెడ సంతానమున కుండదగిన అణకువ, సోదరులయెడ జూపదగు ఆత్మత్యాగము, ప్రజల యెడ రాజుకుగల కర్తవ్యము, భ్రాతృవిరోధమున ఘటిల్లు దుష్పరిణామము, రాజ్యైషణ, అసాధారణాధ్యవసాయము, ఉచితమార్గానుసరణము మొదలగునవి దృష్టాంతసహితముగా కన్పరుపబడినవి. వీటిప్రాబావమున వేయిసంవత్సరములక్రిందట భారతవర్షమున ఎట్టిశాంతి నెలకొల్పబడెనో యిప్పటికి అట్టిశాంతియే పరిడవిల్లుతూంది. గ్రంథకర్తలధర్మవిషయికోపదేశము లచ్చటచ్చట పొడగట్టుచుండుట చేత ఇవి కేవల ధర్మోపదేశగ్రంథములని పాఠకు లూహింపరాదు.
3. ♦ శాకుంతలమున ఆరోఅంకము.
4. * ఉత్తరరామచరితమున మూడోఅంకము.
5. * కేవలము ధర్మము దెసకేగాదు, వర్ణాశ్రమమర్యాదవంక కూడా ప్రసరింపగలదు. సంయములూ ధీరులూ సచ్చరితులూ అగు పురుషులనూ, దయ. వాత్సల్యమమున్నగు మధురబావావేశులగు స్త్రీలనూ అనుసరించుకోర్కె, తప్పక చదువరుల హృదయముల నెలకొనును.
6. * ఈపదమున కర్థము దిగువ వ్యక్తీకరించబడును.
7. * ఇవి షేక్‌స్పియరు నాటకములలో ముఖ్య పాత్రములు - ఈకథలన్నియు ఆంధ్రమున నువదింపబడినవి కావున వానిచదువుట ఆవశ్యకము.
8. * ఈమహాకావ్య మత్యద్భుతము, అమితరోచకము; కథ విచిత్రము; ధర్మవ్రతులగు ఆదము అవ్వయూ (Adam-Eve) అందు ప్రధానపాత్రములు; సృష్ట్యాదియందలి మానవవ్యక్తులందు వర్ణింపబడిన వందురు.
9. * జాతౌ జాతౌ యదుత్కృష్టం తద్రత్నమితి కథ్యతే జాతికెల్లను మిన్నయై చనెడుదాని రత్నమందురు........
10. * అణిమ, మహిమ, గరిమ, లఘిమ, ప్రాప్తి, ప్రాకామ్య, ఈశత్వ వశిత్వములు అష్టవిభూతులు.

11. * ఇది లోకమర్యాదననుసరించి చేసిన సృష్టిగాని లోకోత్తరము కాకాలదు - సర్వ సాధారణముగా అధర్మమునకు ధర్మమూ పాపమునకు పుణ్యమూ అసురులకు దివ్యులూఅణగియే యుందురు. పాపజీమూతము ధర్మకాంతి నాచ్ఛాదించును.

12. * శ్రీమద్రామాయణము యుద్ధకాండము 113 అధ్యాయము చూడండి. అతని యం దన్ని రకముల వీరత్వమూ అన్నివిధముల బలమూ పుంజీ భూతమై యున్నది. ఇతర వీరులయందివి కొన్ని మాత్రమే ఉండును.

రెండో ప్రకరణము

సాహిత్యమున రక్తపాతము

రక్తపాతమును గురించి అలంకారికుల మతము -

ఆర్యాలంకారికులు కావ్యములను దృశ్యము లనియు శ్రవ్యము లనియు రెండు తరగతులుగా విభజించిరి. ఒకరు పఠించగా వినుటకును స్వయముగా అధ్యయనము చేయుటకును రచింపబడిన కావ్యములు శ్రవ్యములు. కావ్యకల్పన మభినయ రూపమున వ్యవహారమున పరిణమింపజేసి పదిమందియెదుట ప్రదర్శింపవలసినవి దృశ్యములు; కావ్యమునకు రూప మారోపించుటచే వీటికి రూపకములని పేరు పెట్టినారు. సాహిత్యదర్పణకారుడు "వాక్యం రసాత్మకం కావ్యమ్" "రసవంతమైన వాక్యము కావ్యము" అని లక్షణము నిరూపించెను. మానసమున ప్రేమకాని ఆనందము కాని జనింపనేరనిది రసము కాదు. సహృదయుల హృదయ ములయందు కరుణేత్యాది *[1]స్థాయీభావ విభావములచేత పరిపుష్టినొందిన లోకోత్తరానంద జనకము రసము. కావ్యమునకు రస మాత్మవంటిది. కావ్యమును పఠించునప్పుడున్నూ దాని ప్రదర్శము జూచునప్పుడున్నూ కోవిదుల మానసము లందు ఆనందోదయ మగునటుల కవి కావ్యమును రచింప వలయును. ఇది కావ్యమునకు ప్రధానగుణము. ఇది గాక యింకేదైనా ఫల ముండిన నుండ వచ్చును.

"శరీరం తావ దిష్టార్థ వ్యవచ్ఛిన్నా పదావళీ" అనగా ఏదైనా విశిష్టాభీష్టార్థ ముండిన పదావళియే కావ్యమునకు శరీరము కాదగునని దండి మహాకవి చెప్పెను. అభీష్టము లేక ఏకార్యమూ మొదలుపెట్టము. ఆయభీష్టము విశిష్ట మైనచో అందుకు తగిన పదచయమును కవి కూర్పవలయు నని మహాకవి దండి అనుశాసనము. అభీష్టార్థ మెట్టి దంటే "సహృద హృదయవేద్యోర్థః -"

పండితులహృదయము లెరుగ దగినది. కావ్యమునకు రెండులక్షణము లుండవలెను - మొదట అది ప్రీతి కలిగింపవలెను; పిమ్మట ఇష్టార్థసిద్ధికి సాధనము కావలయును. ఎవరియిష్టము? సహృదయులది. సహృదయు లెట్టివారు? సురుచుసంపన్నులు, కావ్యరసాస్వాదనసమర్థులు; వీరే విద్వాంసులు. ఇందుకే కాళిదాసు -

"ఆపరితోషా ద్విదుషాం నసాధు మన్యే ప్రయోగవిజ్ఞానమ్"

తలప నాదుప్రయోగకౌశలము నుంచి|దంచుపండితుల్ సంతోషమందువరకు

అని చెప్పెను.

కావ్యము శ్రవ్య మైనా దృశ్య మైనా రసమును పుట్టించ వలెను. లోకుల రుచులు భిన్నములు కావున కావ్యముల నేకరీతుల రచింప బడవలయును. శ్రవ్యకావ్యము పఠనమునకు వినుటకును నిర్మింపబడినది, కావున సురుచిసంపాదనమున దానికి కావలసినంత స్వేచ్ఛ కలదు. దృశ్యకావ్యమునం దా స్వాతంత్ర్యము చెల్లుబడికాదు. దృశ్యకావ్య మభినయింపదగినది కావున తన్మూలమున ఆకావ్యమునకు జీవము వోయవలెను - యుద్ధము, రాజ్యవిప్లవము, కొట్లాట మొదలగునవి శ్రవ్య కావ్యమున యథేచ్ఛముగా జొన్పవచ్చును, కాని దృశ్య కావ్యములం దట్టివి కూర్చరాదు. రంగస్థలమున కత్తిప్రేటులు కల్పించినచో చూపఱకు ప్రీతి జనింపదు సరేకదా, ప్రమాదములుకూడా ఘటిల్లవచ్చును. ఇట్లే శ్రవ్యకావ్యములకన్న దృశ్యకావ్యములందు ఎక్కుడు నియమములు పాటింపవలయును.

కేవల పఠనముననే ఆనందజనకమగుదానిని కార్య క్షేత్రమున అభినయిస్తే కథ కన్నులకు కట్టును గాని ఆనందము అంతగా కలుగబోదు, కావున ఆనందోదయమునకు విఘ్న మొనర్చు కార్యముల నాటకకర్త లతిజాగరూకతతో విడువ వలయును. శిష్టాచారములకు విరుద్ధములు, సహృదయుల రుచులకు

ప్రతికూలములు, లజ్జావహములు నగు కార్యములు నాటకకవులు త్యజింప వలయును. ఇట్టి వాటిని "సాహిత్య దర్పణ" కారు డొక్కచోట చేర్చెను: -

> దూరాధ్వానం వధో యుద్ధం రాజ్యదేశాదివిప్లవ:
> వివాహో భోజనం శాపోత్సర్గౌ మృత్యు రతి స్తథా
> దం౦తచ్ఛేద్యం నఖచ్ఛేద్య మన్య ద్వ్రీడాకరంచయత్
> శయనాధరసానాది నగరాద్యుపరోధనమ్
> స్నానానులేపనేచేభి ర్వర్జితో నాతివిస్తర:||

ఈశ్లోకములభావము సుగమము కావున నిట విస్తరింప పనిలేదు. ఆర్యలాక్షణికులు నాటకములయందు హత్య నిషేధించిరి. రంగస్థలమున అది ప్రదర్శించిన నెవరి కానంద ముదయించును ? అంతే కాదు, వెగటుకూడా పుట్టును, కొన్ని వేళల రోతాయు రోషమూ జనించును. అందుచే నాటకములోని హత్యకు తోడు బయటకొట్లాటలు జరుగును. హత్యా విడంబనము ఉద్వేగజనకము కావడముచేత దానిని కన్నులార గాంచినచో ఎవరు ధైర్యము చిక్కబట్ట గల్గుదురు? షేక్స్పియరు రచించిన ఒథెలోనాటకమందలి యీ దృశ్యమును పరికింపుడు : -

- [2]డెస్డెమొనా..........నాథా, నన్ను వెడల గొట్టుము, చంపవద్దు.

ఒథెలో............చాల్చాలు - జారిణీ!

డెస్..............రేపు చంపుము, ఈరాత్రి ప్రాణములతో నుండనిమ్ము.

ఒథె............లేదు. అడ్డుచెప్పితివా -

డెస్.............అరగంటసే పోర్చుము.

ఒథె..............అంతలో నేమగును? ఇప్పు డాగను.

డెస్.............ఒక్క సారి దేవుని ప్రార్థింప నిమ్ము.

ఒథె.............ఇప్పటికే జాగయ్యె...........(నులిమిచంపును.)

రంగభూమిని రక్తపాతము : -

పై నుదహరించిన దృశ్యము డెస్‌డెమొనా దోష రహిత అని స్పష్టమైన పిమ్మట ప్రదర్శింపబడును. నిరపరాధిని, సరళస్వభావ, విశుద్ధప్రేమమగ్న, పతిపరాయణయునగు సాధ్వీతిలకమును సందేహ పిశాచా యతచిత్తుడును, అవిశ్వాసి, మూర్ఖుడు నగు పతి అంతశీఘ్రముగా మాటైనా వినిపించుకొనక ముందువెన్క లారయక గొంతునొక్కి ఘోరహత్య చేయుట సహృదయులు స్థిరచిత్తముతో చూడగలరా? వారి కాతనిపై పట్టరాని కోపమురాదా? మొద్దువలె ఎదుట నిలిచిన మోరకుని జూచి ఊరుకుందురా? అతడు ప్రతారితుడౌట నిజము, అసూయచే ఆతని మానసము పొరపడినది; స్త్రీస్వభావము చపలమౌట నిజము, కాని విచక్షణలేక విలయ మొందింపదగునా? ఎన్ని విధముల సరిపుచ్చుకొన్నా నిరపరాధిని యగు స్త్రీ నిధనము నిర్భరము - ఘోరపాతకియైనా మన కళ్ళయెదుట చంపబడుట చూస్తేనే గుండె చెదరును. ఇక స్త్రీహత్య విషయము వేరే చెప్పవలయునా? పత్ని పాపకలిత యైనచో ఆమెను పరిత్యజించుట న్యాయము. హిందువుల ఆదర్శములయందును, ప్రకృత సహృదయరుచుల ననుసరించియు హిందూధర్మానుశాసన విధానమునను, వారి సంఘుచట్టముల

Desdem..................But half an hour

Oth..................Being done, there is no pause,

Des.................But while I say one prayer.

Oth................It is too late. (He smothers her) ప్రకారమును స్త్రీహత్య, అయోగ్యకర్మగా భావింపబడుచున్నది. అట్టియెడ అమాయిక నిరపరాధిని యగు అబలహత్య అత్యాహితము కాదా! అందుమూలమున చూపఱహృదయముల కానందము చేకూరదు సరేకదా, మాలిన్యముకూడా సంక్రమించును. అట్టి

దృశ్యముల నాటకములందు కూర్చుట పాపహేతువు, కావుననే ఆర్యనాటకకవులు వాటిని బహిష్కరించిరి. *[3]

హిందువుల ఆదర్శము.

స్త్రీహత్యను రంగస్థలమున ప్రయోగించుట అనర్థ దాయకము హిందూధర్మాపేతమని వక్కాణించితిమి. వేలాము వెర్రిచే నాటక కవులు దీని నుపయోగించిరా, రంగస్థలము నర కముగా పరిణమించును. అందువలన లోకము మాలిన్యకలితమగును. కావున ఆర్య నాటక కర్తలు హత్యలు విసర్జించిరి. యూరపు దేశమందలి వియోగాంత నాటకము*[4]లవంటినాటకములు సంస్కృతమున లేవు. హిందూధర్మాదర్శములకు విపరీతము లగుటచే అవి మన సాహిత్యాదర్శములకు ప్రతికూలములు. అట్టివి మనదేశమున పుట్టుకుండుటవల్ల వాటియనర్థములు మనల దాపరించలేదు.

యూరోపీయ వియోగాంతనాటకములఉత్పత్తి, వాటి ప్రకృతి

మనసంస్కృతనాటకసాహిత్యమందలి ఉచ్చాదర్శము లన్నియూ మన ధర్మానుసారము అనుమోదనీయములు. అవి మనహృద్భావములతోడను సురుచులతోడనూ చక్కగా మేళవించును. యూరోపీయ సాహిత్యమున నిట్టివి మృగ్యములు. సాహిత్యదర్పణమున నుదహరించిన నిషిద్ధకార్యమాలను బట్టి మననాటకాదర్శము స్పష్టము కాగలదు.

యూరపుఖండమున ప్రప్రథమమున గ్రీసుదేశమందు నాటకములు వెలువడినవి. ఆయాదర్శములనే ఇతర దేశస్థులు తమ రుచుల ననుసరించి పరివర్తనములుచేసి వారివారి ధర్మముల కనుకూలించుకొనిరి. అవి మన ధర్మాదర్శములకు సరిరావు. వాటియందు కూడా రుచివైచిత్ర్యము పొడగట్టు చున్నను తద్రుచులు మనధర్మాదర్శములకు బహిర్భూతము లగుట

మనసాహిత్యా దర్శములందు కానరావు. ఆజాతులు రుధిరప్రియములు సహజకఠినములు నగుటచే వారి నాటకములు తదనుగుణముగా నుంటవి.

గ్రీసుదేశేతిహాసము చదివినవారికి స్పార్టానగరనియమము లెంతనిష్ఠురములో తెలుసును. ఏథెన్సుపురవాసులు గొప్పగొప్ప నాగరికులయెడ నిర్దయ జూపుచుండిరి - పరమ ధార్మికుడగు సోక్రటీసుకు విషమిచ్చి చంపిరి. ఆదృశ్యము వారి కెంత ఆనందదాయక మాయెనో! క్షమాగుణము మచ్చున కైన వారియందు లేకుండెను. తద్దేశీయనియమము లమితనిర్దయాపూరితములు. అట్టి పరిస్థితులలో వ్రాయబడిన నాటకములు వియోగాంతములు కాకున్న వారికి రుచించునా? లోకులయం దట్టి నిర్మమత్వము నిర్దయము ప్రబలుచుండే కాలమున వియోగాంతనాటకములు ఉత్పన్నము లగుట వింతకాదు.

ఇక నీనాటకము లనుకరించిన వారిస్వభావము లెట్లుండెనో కొంచెము విచారింతము. చాలాకాలము క్రిందట యూరపుఖండమున వేండలు లనీ (Vandals) గాథుల (Goths) నియూ బర్బరజాతులవారు నివసించుచుండిరి. వా రమిత నిర్దయాస్వాంతులు. అట్టివారిరక్తము ఆధునిక ఐరోపీయజాతులరక్తనాడులలో నిప్పటికీ ప్రవహిస్తూంది. క్రూర కర్మములయెడ ప్రసన్నతవహించుట ఇప్పటికిని కొన్ని ఐరోపీయజాతులవారికి సహజము. స్పార్టనుల నిర్దయాచరణములు రోమీయుల కోలీషియమ్ పోట్లాటలు (Gladiatorial fights) నిందకు ప్రమాణములు.

మధ్యకాలీ (Middle Ages) నేతిహాసములుకూడా భయంకరరక్తపాతముచే నిండియున్నవి. మతయుద్ధములు*[5] (Crusades) మతాంతహన్త్యలు †[6] (Inquisition) ను విన్న ఒళ్ళు గగురుపొడుచును. యూదుల (Jews) మూల ముట్టుగా నాశనముచేయు ప్రవృత్తి, భూతవైద్యులకు నోదె గాండ్రకు సత్యాన్వేషణపరులగు శాస్త్రజ్ఞులకు ఐరోపీయులు విధించిన మరణశిక్షలూ ఇంకొకజాతివారియందు కాన రావు. ఇంతయేల? ఐర్లాండువృత్తాంతము,

ఆంగ్లేయులు, ఫ్రెంచి వారు, స్కాటులును కావించిన అన్యోన్యరక్తప్రవాహము లును ప్రబల మైనసాక్ష్యము నిచ్చును. అమెరికాఖండము నాక్రమించుకొన్నప్పుడు స్పెయినుదేశీయు లెంతనీచముగా ప్రవర్తించిరి? ఇవన్నీ పరిశీలించినచో యూరోపీయజాతుల పరిస్థితులు క్రూరోపకరణములచే సంఘటిత మైనవని స్పష్టమగును. అట్టియెడ కోమలప్రవృత్తులు వారి హృదయములం దుద్భవించు టెట్లు? క్రైస్తవధర్మ మున్నతమైనదే కాని యూరపుఖండమందు అది నిష్ఫల మాయెను, తత్ఖండవాసుల క్రూరత డిందు పరిచి సరళప్రవృత్తుల నాటలేక పోయింది.

'What is bread in the bone cannot come out of the flesh'

"శల్యగతమైన నైజంబు చలితమగునె?"

యూరోపీయ జాతులయందు ప్రకృతిమూలక మైన యీదోషము వారి యితిహాసములనే కాక సాహిత్యమును కూడ కలుషిత మొనర్చింది.

వియోగాంతనాటకములు చదిన ఫలము

క్రూరప్రకృతులు రక్తప్రియులు నగు యూరోపీయులు గ్రీకువారి వియోగాంతనాటకముల నమితాదరముతో అనుమోదించి అనుకరించిరి. వారి ప్రకృతులకూ రుచులకు తగిన వాటిని వా రామోదించుట అబ్బురమా? వీరి మూలమున ఆంగ్లేయ సాహిత్యమున ఆనాటకములు ప్రవేశించెను. అవి వారి కమితానందదాయకములగుట నిస్తుల ప్రతిభావంతుడగు షేక్స్‌పియరు కూడా ఆయానందవార్ధి నోలలాడుచు, వాటి యందలి ఆదరమహిమచే దోషమును పెకలింపజాలక తన రచనాచాతురి నందే ఓతప్రోతము కావించెను. అతని వియోగాంతనాటకములు జనవశీకరణ సామర్థ్యమును సంపాదించి ప్రపంచమున అనుపమగ్రంథము లని కొనియాడబడు చున్నవి. అందరూ ఆమహామహుని ప్రతిభాప్రసూతనాటక రాజము లనే బంగారుకత్తితో గొంతుక కోసుకొన నుద్యమించిరి. ఇప్పటికీ మనలో ననేకులు షేక్స్‌పియరువంటి కవిసార్వభౌముడు

వాటిని రచియించె ననుభక్త్యావేశమున తత్పయోముఖవిష కుంభములయందలి అమృతమును మనసార గ్రోలుచున్నారు. సాహిత్యము సర్వగుణసంపన్నముగనూ, తతశోభాయుతముగనూ, అనంతమాధుర్యకలితముగనూ, కావించిన కాళిదాసు కావ్యములు మనవారి కిప్పుడు రుచించుట లేదు, భవభూతి రచించిన అనఘున్ మగు ఉత్తరరామచరితము ఎక్కడో పాతర వడినది, వ్యాసవాల్మీకిరచితము లగు మహాకావ్యములకు వ్యాప్తియే లేదు. ఆంగ్లవిద్య నభ్యసించువారి కాంగ్లకవిత రుచించుట ఆశ్చర్యమా! షేక్స్‌పియరు నాటకసమాలోచకులే (Critics) మనకు పథప్రదర్శకు లగుచున్నారు. మన రుచులు వారిపాల బడినవి. విస్సన్న చెప్పినదే వేదము. వారి రుచులే సభ్యములు, వారి అభిప్రాయములే ప్రశంసనీయములు, వారి ఆదర్శములే మన కాదరణీయము లగుటచేత మన జాతీయసుకుమారరుచులు జర్జరితములై అత్యుత్కృష్టాదర్శము లడుగంటు చున్నవి, వాటియందు మనకు గౌరవము క్రమ ముగా తగ్గు చున్నది. ఆంగ్లసాహిత్యమే ఉత్కృష్టసాహిత్యమనియు, ఆంగ్లకవులే ఉత్తమకవు లనియు, వియోగాంత నాటకములే ప్రశంసాహన్ములు, పఠనీయగ్రంథము లనీ దృఢవిశ్వాసము మనవారి మానసముల నాటుకొను చున్నది.

మనవా రిప్పుడు తరుచుగా షేక్స్‌పియరు రచించిన ఉత్తమవియోగాంతనాటక చతుష్టయము నాడుచున్నారు. కవులు మన దేశభాషలలో వియోంతనాటకములను వ్రాయ మొదలుపెట్టుచున్నారు, అస్త్రశస్త్రములను ఇతర ప్రాణాపాయసాధనములను రంగస్థలమున ఝుళిపించి అనాథలను అమాయికులను నరుకుచు రక్తపాతమునకు ప్రచారము కల్పించుటచే సభ్యత అని యెంచు చున్నారు. అందుచే రంగస్థలములయందు రక్తపిసాస నానాటికి హెచ్చు చున్నది. ఇది ఇంతతో నాగునో, లేక బయటికికూడ దుముకునో విచారణీయము.

అ ట్లగుటయే సంభవమని స్ఫురించుచున్నది. ఆంగ్ల సాహిత్యమున ఏనాటకము గాని, నవలగాని, కావ్యము గాని కథ గాని చదువగా చదువగా

వియోగాంతకార్యములు మనచిత్తముల నాకర్షించును. ప్రతికల్పనమునా రక్తము ప్రవహించు చుండుటయే యుక్తమని తోచుచుండును. ఎప్పుడూ చిత్త మక్కడే జొత్తిలి యుండడముచేత రక్త మన్న రోత పోవును, పాపభీతు తొలగును; బలవీరులే మనమానసముల నెలకొని యుందురు, రక్తపాతమును పృథులముగా నొనర్చువారే గౌరవమునకు పాత్రు లగుదురు. మన కాదర్శరూపులు వారే అగుటవల్ల మనముకూడా వారి ననుకరింపవలయునను ఔత్సుక్యము జనించి, కలహము, రక్తపాతము, విజయము అను మార్గత్రయమందే పౌరుష మున్నదనే భావన కలుగును, రక్తపాతమున వెగటు పోయి అనురక్తి జనించును. "కొత్త వింత, పాత రోత" అను సామెతప్రకారము ఈ మార్గమే గౌరవనీయ మని యెంచబడును. ప్రాచి క్రమముగా ప్రతీచి అగును.

ఇంకొక విశేషము - పాశ్చాత్యులయం దిప్పుడిప్పుడు రక్తానురక్తి శిథిలమగుచున్నది. - ప్రతీచి ప్రాచ్యాదర్శముల గౌరవించుచున్నప్పుడు మనవారియందలి రుచివిప్లవము విపరీతముగానే కనబడు చున్నది.

ఆర్యసాహిత్యమందలి వియోగాంతము రక్తపాతశూన్యము

ఆర్యసాహిత్యమున వియోగాంతఘటనాసంచయము లేకపోలేదు, కాని అందు రక్త పాతము శూన్యము. యూరపునందలి వియోగాంతనాటకముల రెండవ ప్రధానగుణమైన కరుణారసము ఆర్యసాహిత్యమున గానవచ్చు చున్నద్ఫి. షేక్స్పియరు రచించిన డెస్‌డెమోనా పాత్రము చూచి ఎంత వ్యథ చెందెదమో సీత, దమయంతి, ద్రౌపది, శకుంతల, మహాశ్వేత మొదలగు పాత్రముల చూచిన అంతకాన్న నెక్కువ వ్యధకు భాజనుల మగుదుము; ఐనను డెస్‌డెమోనా వలె వా రెవరును వధింపబడ లేదు. వాల్మీకి అతి సుందర దృశ్యకల్పనమున సీతను అంతర్ధాన మొనర్చెను. సరళస్వభావ పాపవిదూరయు అగు డెస్‌డెమోనా నిష్ఠురరూపమున నిహితయై స్వర్గముచేర, సీత వాల్మీకికల్పితవిమానరూఢయై, ఆనందధ్వనులు చెలగుచూ పుష్పవృష్టి గురియు చుండ స్వర్గారోహణ

మొనర్చెను. కాని జన్మదు:ఖినియగు సీతా లలామదు:ఖము మనహృదయమున పాదుకొని ఆమెయెడ నిరంతర సానుభూతి పుట్టించు చున్నది.

సీతదు:ఖము చూచి గుండె లవిసి ప్రతిఘట్టమున వాల్మీకితో కన్నీరోడ్చి, ఆమె పూతచరిత అని విశ్వసించి, తచ్ఛీల మాహాత్మ్యము మన హృదయములు నుద్బోధింప తత్సుగుణపుంజమున పక్షపాతము జనించి, అశోకవనమున ఆమె సజీవ యై యుండుట ఎరిగి పరమత్రిజటలతో సంతసించి, వనవాస మామె సల్పునెడ లక్ష్మణునితో విలపించి ఆమె జగన్మోహనమూర్తి మన మనో మందిరముల నెల్ల కాలము అచ్చొత్తి యుండుటచే ఆమె గుణములనే ప్రశంసిస్తూ సదా జపించు చుందుము.

ఈ విషయమున వ్యాసవాల్మీకులతో షేక్స్పియరు సరి రాడు. అతని కవితయందు మఱపురాని గుణము లనేకములున్నవి. అతడు మహాకవి, కాని శోకరసమున గూర్చి చర్చించునపుడును, సంతాపము స్థాయీభావముగా నుండదగు పట్టులయందున్నూ కవిత్వముమాట తలప పనిలేదు. ఇది రసస్ఫూర్తివిషయము; కవిత్వము ప్రత్యేకవిషయము.

సీతవిషయమున చెప్పిన దంతయు దమయంతియెడ కూడ వర్తించును. నిరంతరదు:ఖాక్రాంతలగుటచే వారి పతిభక్తి పరమపవిత్ర మయ్యెను. చిరదు:ఖభాజనములు కావుననే వారు మానవహృదయముల బట్టుకొని యుందురు. నిహతులు కాకున్నా వారి వియోగదశ దుర్నిరీక్ష్యమయి చిరసంతాప కారి యగుటచే వారిని చూచి జాలిపడనివా రుండరు. హత్య లేకయే సంతాపమూ శోకమూ స్థాయీభావ మొందు చున్నవి.

హత్యయందు బీభత్స సంచారము

డెస్‌డెమోనా యెడ జాలిపుట్టదా? ఆమెనుచూడ గుండె లవియవా? ఆహా! తప్పక అట్లేజరుగును; కాని ఈ హత్యాకాండమున నుదయించిన అశ్రుధారలకును సీతావియోగమున ప్రభవించిన కన్నీటికాలువలకున్నూ సామ్యమే లేదు. దీనిగూర్చి ప్రత్యేక చర్చ చేదాము.

షేక్స్‌పియరు నాటకాళియందు ఇమోజన్, డెస్‌డెమోనావంటి ప్రేమపూరితలూ పతివ్రతలూ అరుదుగా నున్నారు. డెస్‌డెమోనా ప్రేమ జూలియట్‌ప్రేమవలె హృదయోన్మాది కాక అత్యంత గంభీరము, హృదయపూరితము, శాంతమైనా అది యుగ్రము ప్రబలము నగును - దాని యుద్రేకమున కళ్లు పొరలు కప్పవు; దానిచే నలంకృతయై డెస్‌డెమోనా స్వీయ హృన్మాధుర్యప్రభావమున అందరిమన ముల నలరించును. అట్టి దొండపండును కాకి ముక్కున గట్టి ఒథెలో చరితమునకు మహత్వము తేవలెనని పత్నీఘాత యను కుచక్రమును కవి పన్నెను. పాఠకులు ప్రేక్షకులును ఆ కుచక్రమున దగిలి హత్యావ్యాపారమున మగ్నులవుదురు. నిష్కారణముగా నిర్దయుడగు మోరకుడామెను బలవన్మరణముపాలు జేసెను. ఈవ్యాపారమెంత బీభత్సమో యోచించండి. కవి ఆమెను సృజించిన దట్లు చంపించుట కేనా? ఇట్టి హత్యాకాండమును చూడంజూడ కన్నులు నీరుగ్రమ్మవా? కాయమెల్ల క్రోధవశమున కంపింపదా? డెస్‌డెమోనా వధా నంతరము ఎమీలియా వధింపబడునప్పుడు ఆకత్తి మనగుండెలోపొడిచి నట్లగును. ఎంత భయానకము! ఏమి బీభత్సము!

వియోగాంతమా, కసాయికొట్టమా?

షేక్స్‌పియర్ రచించిన మేక్‌బెత్ నాటకమున ఇంతకన్న బీభత్సమెక్కువ. అది హత్యతో ప్రారంభించి హత్యతో బెరిగి హత్యతోడనే ముగియును. మొదట డంకన్, నడుమ బాంకో, తుదిని మేక్‌బెత్ హతులగుదురు. నాటకమంతా కసాయిఖానా!

అందును రాణీమేక్‌బెత్‌వచ్చి "నాచేతి రక్తము వీడునదికాద"ని చెప్పినప్పటినుండి రక్తవృష్టి అతిశయించును. ఇట్టియెడ అక్కడక్కడ అనుతాప తుషారము ప్రారంభించునుకాని కాలుచున్న యింటిని కన్నీటితో నార్పతరమా? ఆవీచికలు హత్యాకాండ జనితపృధుల రక్తప్రవాహమున నెచటికో కొట్టుకొని పోవును. బిందెడు విషమున నొకపాల చుక్క! దారుణమగు హత్యాపరంపరను అనుతాపము మరుగుపరచ గలదా? కొత్తనీరు పాతనీటిని గొనిపోవునట్లు రక్తప్రవాహ సంసర్గమున అనుతాపబాష్పస్రవంతి కలకబారి హత్యకాండమునకే అంతగౌరవము నాపాదించును. అంతట వ్యాపించి యున్నది హత్య, ఆచ్చటచ్చటా పొడచూపునది అనుతాపము; ఇది అంతరించుట అబ్బురముకాదు. మానవ హృదయముల మచ్చికచేయుటకు హత్యాకాండము పెట్టు మచ్చుమందు ఆ యనుతాపము!

షేక్‌స్పియరు ప్రసిద్ధ నాటకములందెల్ల బీభత్సజనక మగు నీహత్యావ్యాపారము ఆవిర్భవించియే యుంది. హేమ్‌లెట్ నాటకమున తుదియంకము కసాయి కొట్టమే. రిచర్డ్ నాటకములు, జాన్, లియర్, కొరొయొలేనస్ ప్రభుతులన్నీ రక్తాక్తాంతములు-జూలియస్‌సీజర్ నందలి (Beware the ides of March) అను హెచ్చరిక సీజరు మరణా నంతరమున గుండె దిగులుపెట్టును. ఈనాటకములందు కరుణరస మేదీ? మేక్‌బెత్ పేరు విన్నతోడనే ఇప్పటికీ ఒళ్ళు జలదరించునే! మూడవ రిచర్డ్ నాటకమందు రోత ముమ్మరించును. అది చదివినా రంగస్థలమున చూచినా ఇక వియోగాంతములజోలికి పోరా దనిపించును.

రక్తపాతము, విదేశీయ రుచులు

ఖడ్గవ్యాపారము షేక్‌స్పియరు వియోగాంతము లందే కాక ఆతని సంయోగాంతముల (Comedy) యందుకూడా కాన్పించును, "వెనిసు వర్తకుడు" (merchant of venice) నాటకమందు కత్తిపోటుచేతనే కసియు గౌరవమూ కడతేఱు చుండును. నాటకములు కసాయిఖానాలు చేయుట పాశ్చాత్యుల సనాతన ధర్మమా? అట్లనరాదు. యూరపునందు కూడా శిష్టానుసారము అట్టిపని

జుగుప్సాహర్ముకాని ప్రశంసనీయముకాదు. సురుచిసంపన్నుడూ సుప్రసిద్ధుడునగు Addison అను విమర్శకుని అభిప్రాయము వినండి : -

Among all our methods of moving pity or terror, there is none so absurd and barbarous, and which more exposes us to the contempt and ridicule of our neighbours, than that dreadful butchering of one another, which is so frequent upon the English stage. To delight in seeing men stabbed, poisoned, racked, or impaled, is certainly the sign of a cruel temper; and as this is often practised before the British audience, several French critics, Who think these are grateful spectacles to us, take occasion from them to represent us as a people that delight in blood. It is indeed very odd to see our stage strewed with carcasses in the lost scenes of a tragedy, and to see in the wardrobe of the play-house several daggers, poniards. Wheels, bowls for poisin and many of the instruments of death."

కరుణయు భయమును కల్గింపవలెనన్న మన కనేక సాధనము లున్నవి. అందు భయానకహత్యాకాండ మొకటి. దానిని మన (ఆంగ్లేయ) రంగస్థలమున తరుచుగా ప్రదర్శించు చున్నారు, కాని అది కడునిష్ఠురము, అసభ్యము. దాని మూలమున ఇరుగు పొరుగు జాతులవారిచే మనము ఘృణితులమై పరిహాసాస్పదుల మగుచున్నాము. భీషణమగు మానవ హత్య, విషప్రయోగము, కారావరోధము, త్వగ్విదారణము మొదలగు దృశ్యముల జూచి సంతసించుట క్రూరప్రకృతి ధర్మము. వాటిని ఆంగ్లప్రేక్షకుల ఎదుట కన్పరచుటచే కొందరు పరాసువిమర్శకులు మన వినోదము లిట్టివని యెంచి మనల రక్తప్రియులనీ క్రూరకర్మానిష్టులనీ గేలిసేయుదురు. వియోగాంతనాటకము ముగియుసరికి రంగస్థలమున పీనుగుల పెంట, నేపథ్యమున కత్తులు, కఠారులు, బాకులు, పిస్తోలులు, విష పాత్రలు ఇతర ప్రాణాపహరణోపకరణములును జూచుట రోతగా నుండును."

రంగస్థలమున రక్తపాతము హేయమనియు, అసభ్యమనియూ ఆంగ్లవిమర్శకులే వాక్రుచ్చుచున్నారు, కావున హత్యాకాండము ఆనందజనకము కాదనే వారి మతము. నాటకము నవరసాశ్రయము; వియోగాంతనాటకము కరుణ

భయానకముల నెక్కువగా నుపయోగించును. భయానక రసపరిణామము హత్యయు రక్తపాతము కానక్కరలేదు; రసస్ఫూర్తి కలుగుటకు రస మానందదాయకము కావద్దా? ఆనంద జనకము కానిచో రసము స్ఫూర్తిచెందడ మెట్లు? తళతళ లాడుచున్న కత్తిని తనువున గ్రుచ్చుటచూచి తనియు వారుందురా? దానివలన జుగుప్స ఆవహిల్లునా? లేక సంతస ముదయించునా? హత్యాపరంపర అమర్చినచో భయానక రసమునకు భంగము వాటిల్లును. నాటకమును కసాయిఖానాగా నొనర్చుట వలన రసము పరిపక్వము కాబోదు. అట్టినాటక కవిత హానికరము రసభంగజనకమునై దోషదూషితమగును. కసాయి కర్మ కవిత కాదు. (Butchery is not poetry)

షేక్స్పియరు నాటకములందు కవిత లేదనరాదు. హత్యచేయకున్న కరుణరసస్ఫూర్తి కానేరదా? అట్లు చేయ నేరని కవులు విభావాది అంగములచే రసపరిపాకము రచింప నేరనివా రన్నమాట. వా రారసము జోలికి పోకుండుటయే శ్రేయము. హత్య నైసర్గికముగా జుగుప్సాజనకము. దానికి కేదీ జోడింపనక్కరలేదు. హత్యయెడ వెగటుపుట్టించడానికి నాట్యసాహిత్యమున దాని నెలకొల్ప యత్నించినచో ఫలము వికటించును. ఒక్కొక్కతరి చాలా హత్యలు జరుగును. యుద్ధములమాట యటుంచి రాజ్యలోభమున ఔరంగజేబొనర్చిన హత్యల స్మరింపుడు. ఒథెలో వంటివా రెందరున్నారు? కవియే అతని పెద్దజేసి అస్వాభావికవ్యక్తిగ నొనరించెను. మానవుడు అందు నభిజాతుడగు వీరుడు అంతటి వెంగలివిత్తగునా? ఇది సంశయాస్పదమే. జాన్నాటకమున హ్యూబర్టు మండుచున్న లోహశలాకను తెచ్చి ఆర్తరు కన్నుల కాల్చుట కుద్యమించిన తోడనే జుగుప్స పుట్టును. కన్ను లట్లు పోకుండుట మేలయ్యె. ఆనిష్ఠురకర్మ నోరువలేక పాప మా రాజపుత్రుడు కారాగారకుడ్యమునుండి దుమికి కాలధర్మము నొందెను. అట్టి ఆత్మహత్య మానవహృదయముల వేధింపదా? ఆబీభత్స దృశ్యములకు ఫలమేమి? రాజ్య లోభము గహర్య్పాపమని చిత్రించుట కే కదా అవి యవతరించెను. అట్లు పాపగహుర్య్లగు వారెంద రుందురు? అట్టి

రాజ్యలోభము నరికట్ట జాలువా రెవరు? అట్టి అసాధారణ వ్యక్తుల చరిత మందరికళ్ళయెదుట కట్టుటవల్ల ప్రయోజన మేమి? నాటక మితిహాసమా? ఇతిహాససౌభాగ్యము ఇతిహాసమున నుండనీ, నాటకములలో దానిని దూర్చడ మెందుకు?

హత్యలేకుండానే వియోగాంతముల రచించిన పట్టుల షేక్స్పియరు తప్పక ప్రశంసాపాత్రుడు. అతని నాటకములలో కొన్ని వియోగాంతములయ్యు సంయోగాంతములనే వాడబడుచున్నవి. కాని వాటిని వియోగాంతములుగా గణించుటయే శ్రేయము. ఇమోజిన్ సీతాదమయంతులవలె ఘోరకష్టములపాలు కాలేదు, అందుచే వారితో సమగౌరవమునకు పాత్రము కాజాలదు - సింబెలీన్ నాటకము వియోగాంతమై ఇమోజిన్ లియోనిటసులకు సమాగమము ప్రాప్తించెనా, ఆమెను జూచి యందరు క్షోభచెంది యుందురు. సీతా రాములకు సమాగమము లేనందుచేతనే వారి వనవాసమూ వియోగమూ అధిక కరుణాస్ఫూర్తములయ్యెను. సీత పుట్టిల్లు చేరినచో ఆమెయెడ ఇప్పటి జాలిపుట్టునా? ఆమె వనవాసము కావ్యమందలి కరుణను కడ్డముట్ట జేసింది. ఆరసము స్థాయీ భావము నొందుటచేతనే ఉత్తర రామచరిత్రకు విశిష్ట గౌరవము ప్రాప్తించింది. ఛాయాంకమున నిది ప్రకటితమగును. వియో గముచేత కరుణ జనించును; హత్యావళిచేతనో, బీభత్స ముత్పన్నమై కరుణను కమర్చును. డెస్డెమోనా తలపునకు రాగానే జాలిపుట్టును గాని, ఆమెహత్య తలంచినతోడనే వెగటు పుట్టి కరుణరసమునకు భంగము కలుగును.

హోరెస (Horace)ను గ్రీకు విమర్శకుడు "రంగస్థల మందు ప్రకాశముగా హత్యాదికముల ప్రదర్శించుట తప్పు? గాని అప్రకాశముగా కన్పఱచిన దోషముండదని" వచించెను. ఇది "గుడ్డిలోమెల్ల" అని యెంచరాదు. హత్య అనుమాట వినగానే మనసులో దడబుట్టును. గొప్పగొప్ప పట్టణములలో జరిగెడు హత్యల నందరము కళ్ళతో చూచినామా? వినుకలిమాత్రమున నవి కండ్లకు గట్టినట్లు తోచవా? కల్పనా మాత్రముననే ఆదృశ్యములు ప్రత్యక్షములుకావా?

బాలహత్య, స్త్రీహత్య, స్వామిహత్య, పితృహత్య, మాతృహత్య అన్న మాటలు వినగానే ఒళ్ళు జలదరించి ఆహత్యా కాండము మనయెదుట జరుగునట్లుండును. కావున హత్య అన్న మాటయే నాటకములనుండి బహిష్కరించుట మేలు; అదిప్రత్యక్షమైనను పరోక్షమైనను రసభంగము కాకతీరదు. అందున్నూ అనాధల, అమాయికుల, సద్గుణశీలుర హత్యల మాట చెప్పవలయునా? గ్రీకు సాహిత్య మీముప్పును సృజింప ఇతర ఐరోపీయ సాహిత్యములు దానికి దోహద మొనర్చినవి; ఆ విషవృక్షఫలములన్నియూ కురుచి భరితములు, జన సామాన్యమందలి సురుచు లందు చేరజాలవు; ఆఫలములు దోషకలితములని యెరిగియు భారతీయకవులు వాటినే ఆరగించుచూ తమసాహిత్యము పేరుప్రతిష్ఠల విడనాడదగునా? ఇతర సాహిత్యముల ననుకరింపవచ్చును, కాని తద్దోషముల పరిహరింపవలదా? ఆర్యసాహిత్యము చూడండి - దానియందిట్టి దోషము కానరాదే! స్వదేశీయమైన అనర్ఘ రత్న భాండారమును అధ:కరించి అవలక్షణరేఖా సమన్వితములగు విదేశీయమణులవిడంబింపనేల? తన్మూలమున మన సాహిత్యమునకు ఇంటావంటాలేని దోష మావహింప జేయనేల.

వియోగాంత నాటకముల దుష్పరిణామము

ఆంగ్లవిద్యాభ్యాసకుల మనముల నలరించు కవి షేక్‌స్పియర్. అతని నాటకములలో వియోగాంతములే మిన్నలు, వాటిని చదివిన జనసంఖ్య తక్కిన నాటకములకు లభింపదు - కళాశాలలలో నున్నప్పుడే యువకుల రుచులు వాటిచే కలుషితములగును. పరీక్షలలో కడతేరని విద్యార్థుల దృష్టి సాధారణముగా ఆత్మహత్యదెసకు బోవును. కాలక్రమమున దానియెడ వెగటు తగ్గుటచే అది పాపమనే తోచదు. షేక్‌స్పియరు గ్రంథములయందు ఆత్మహత్య మహాపాపమని ఎచ్చటను విశదముగా వివరింపబడలేదు, సరేకదా అది గౌరవదాయక మనియే ప్రశంసింపబడియెను. *[7] భగ్నకృషులు కావింపవలసినది ఆత్మహత్యయని ఆనాటకములు దృష్టాంతీ కరించును. ఇది కన్నవారికీ విన్న వాళ్ళకూ

ఆత్మహత్యయం దాదారము కల్గుట ఆశ్చర్యముకాదు. ఆత్మహత్య అనహన్ మని ఆర్యసాహిత్యము పలుమా రుపదేశించును. ఇట్టి సంప్రదాయమునకు విపరీతములు ప్రతికూలములు నగు బోధన లాంగ్లసాహిత్యమందు కలవని నానమ్మకము.

ఆంగ్లసాహిత్యమందలి పక్షపాతము.

ఆంగ్ల సాహిత్యమందలి అభిమానముచే అది చెడ్డదన్న మాట మనవారు పెడచెవిని పెట్టుచున్నారు. నింద్యమగు దానిని నిందిస్తే సైపజాలక, అట్టి నింద్యవిషయములు ఆర్యసాహిత్యమున నేమూలనైనా ఉన్న వేమో అని ప్రయాసపడి వెదకుతారు. మన సాహిత్యమునం దట్టి దోషము లున్నవనుకొన్నా, అంతమాత్రమున ఆంగ్లసాహిత్యమందలి ఆదోషములు పరిహరింపబడునా? తనకంటిలో పువ్వున్న వాడు ఎదుటి వాని కంటిలోని కాయనుచూపినంతనే తనలోపమునుండి తప్పుకొనజాలునా? హలధరునియందు దోషము నెంచినంత మాత్రాన జలధరుని యందలిదోషము తగ్గునా? "వెనిసు వర్తకుడను" నాటకములోని ఛురికావ్యాపారము దోషకలితమన్నతోడనే మహాశయు డొకడు రామాయణములోని అగ్నిప్రవేశము దోషముకాదా అని ఆక్షేపించెను. అగ్ని పరీక్ష కేవలపరీక్షయే - ఆయగ్ని చ్చటల సీత భస్మీభూత కాలేదు. ఏనాటకమందైనా నాయకుడోనాయికో నిప్పులోబడి నీరయితే, అట్టి పరీక్ష భయప్రదమై పై నుదహరించిన ఛురికా వ్యవహారము వలె బీభత్సావహముగ నుండి యుండును. భారతమున లక్షాగృహ దహనము లేదా అని యడుగవచ్చును. ఉంది, కాని అదిప్రహసన ప్రాయము - ఖాండావదహనముంది, కాని అది రాజ్యమున శాంతి నెలకొల్పుటకు నిర్మింప బడింది. ఇందేదీ నాటకమందు కానరాదు. శ్రవ్యకావ్యములలో నిట్టివుండుట దోషము కాదు. పురాణేతిహాసములలో ఎన్నియో అద్భుత వ్యాపారములు కల్పింపబడియుండును. ఇది సాహిత్యమునకు లోపముకాదు. నాటకములయం దవి ఉండగూడదు.

నాటక పర్యవసానము -

ఆంగ్ల సాహిత్యమందలి హత్యాకాండము సమర్థింప బూని అవి స్వాభావికములని వాదించేవారు సీతాస్వర్గారోహణము అస్వాభావికమనియు అద్భుతమనియు ఎట్లువాదింతురో? వియోగాంత నాటకము లందలి గోరహత్యాకాండమును కన్నులార జూచి యూరకుండుట స్వాభావికమని అనలేము. మనుష్యులయందు పాపము స్వాభావికమే, కాని యిట్టి హత్యాకాండము ఎట్టిపాపశైలశిఖరమును కూడా ముంచును. హత్యకన్న నీచతరమును గర్హ్యము నగు పాప మింకొకటి కలదా? ఇట్టి అస్వాభావికవ్యాపారముల నాటకములలో జొన్పుటకు ఆవశ్యకత యేమి? నాటకకళాకౌశల మందమా? సీతాస్వర్గారోహణము, పాతాళ ప్రవేశము శ్రీరాముడు సరయూనదిలో నంతర్ధానమగుట, పాండవులు హిమాలయమున నంతరించుట మొదలగు కల్పనల మూలమున ఆర్యకవులు హత్యల బహిష్కరించిరి - హత్యలవలన పాత్రములు అంత మొందించుట కంటె యీ తెరగున వాటి నపసరింపజేయుట నూరుమడుగులు మేలుగదా? హత్యలచేత పాత్రాపసరణము చేయుటే నాటకకౌశలమా? ఉపాయాంతర మేమీ కానరాదా? ఆర్యసాహిత్యమందలి స్వర్గారోహణాదులు కల్పించుటా కౌశలమే. "మధురేణ సమాపయేత్" అను కావ్యసూత్రము ననుసరించి అట్టికల్పన చేయబడెను. హత్యాసంచయముతోనే గ్రంథసమాప్తియైతే పరిణామము బీభత్సము కాకతీరదు. అట్టిపర్యవసాన మతినింద్యము కావు ననే ఆర్యకవులు దానిని వర్జించినారు.

"హత్యాకాండ మంతటా రాదు, ఆవశ్యకమగు చోటనే అవతరించును. డెస్డెమోనాహత్య అవశ్యంభావి వ్యాపారము, ఒథెలో కథాంతర్గతము, అదిలేకున్న ఆతని పాత్ర పోషింపబడదు. ఘటనాక్రమమున ఆనాటక మట్లే పరిణమించవలయున"ని కొందరి అభిప్రాయము. తథాస్తు, కాని ఇది "విషయనిర్వాచన" మను దోషమని యెంచనగును. ఘటనాచక్రమును పరివర్తనము చేయనేరని కవిప్రతిభ ప్రశంసనీయముకాదు. షేక్స్పియరు ప్రతిభ

అట్టిదనుట సాహస మందురా? ఆతనిప్రతిభ ఇట్లు మొక్కపోవుటకు ఆతని రుచి దోషమే హేతువు. హత్యాకాండము ఆనందదాయకమని యెంచే రుచి సురుచి కానేరదు. కృష్ణకాయునొకని నిర్దయునిగనూ పామరునిగనూ చిత్రించి శ్వేతముఖుడు పరమానంద భరితుడాయెను. ఇందు షేక్‌స్పియ రొక్కడే దోషి కాడు, ఆతని సమకాలీనులందరూ అట్టి రసికులే. ఇప్పటికినీ అట్టి రోచకులు మనలో లేకపోలేదు. ఈరుచి గిట్టని వారప్పుడూ ఉండియుందురు, కాని వారిమాటల పాటించు వారెవరు? ప్రతిభావంతులు పరోపదేశమును పాటింతురా?

ఆర్యనాటకములలో వేణీసంహారమున కీ "విషయ నిర్వాచన" దోషమే పట్టింది. భీముడు "ప్రల్లదు దుస్సేను రుధిరంబు నురంబునువ్రచ్చి త్రావు" చున్నా నన్నప్పుడును, "ప్రెళ్ళుమనన్ సుయోధనుని పెందొడలన్ గదనుగ్గుచేసి" తద్రక్తాక్తములగు చేతులతో "ఏరక్షస్సునుగాను" అంటూరంగ స్థలమున ప్రవేశించి అతడు ద్రౌపదీ వేణీసంహార మొనర్చునప్పుడున్నూ ఈదోషముందని ఒప్పుకొనవలయును.

1. తల్లడ మంద కౌరవశతంబును పట్టి అనిన్మధింపనా?
ప్రల్లచు దుస్సేను రుధిరంబు నురంబును వ్రచ్చిత్రావనా?
పెళ్ళుమనన్ సుయోధనుని పెందొడలన్ గద నుగ్గు సేయనా?

....

2. ఏరక్షస్సునుగాను భూతమునుగా నేలామృతేభాశ్వవి
స్తారాంగంబులక్రింద దాగ? హతశేషక్ష్మాపులారా! ద్విష
చ్ఛారీరక్షతజాభిషిక్తతనుడన్ సంలంఘితోరు ప్రతి
జ్ఞారత్నా కరుడైన క్షత్రియుడనే శంకింప మీ కేటికిన్.

పార్సీనాటక సంఘములు - వారి రంగస్థలస్థితి;

పార్సీనాటకసంఘముల మూలమున మన దేశమున వియోగాంతనాటకముల కెక్కువప్రచారము కల్గింది. వా రా నాటకముల ప్రదర్శింప వేనవేలుప్రజ లతికుతూహలమున చూచి సంతసిస్తారు. నాటకములు చదివేటప్పటికన్న రంగస్థలముల యందు చూచేటప్పుడు కురుచులు జనుల మనములందు చక్కగా కుదురుపడతవి. మనవారిప్పటి నూతన సారస్వతో జ్జీవనమున రచించు నాటకములయందు, నవలల యందు, అపరాధపరిశోధక కథలయందునూ విషప్రయోగములు, హత్యలు యథేచ్ఛముగా గుప్పుతూన్నారు. వియోగాంత నాటకము లంతగా మనలో ప్రబలలేదు. అది కొంత మేలు. వాటిప్రభావవీచిక లంతటా వీచుచుండుటచే గ్రంథములయందు ఆత్మహత్యలు నవిరళముగా పరిఢవిల్లుచున్నవి, వాటియెడ వెగటు తగ్గుచున్నది. ధర్మభీరుత, పాప భీతియు పాడుపడుతూన్నవి. పురుషులయందేకాక స్త్రీలయందు కూడా కురుచులువ్యాపిస్తూన్నవి. *[8] నాటకదర్శన కౌతూహలము నానాటికిహెచ్చి, విదేశీయాదర్శము లాబాలగోపాలము ఆమోదనీయము లవుటవల్ల ఇతరభాషలయందును, సాహిత్యముల యందును ప్రబలియున్న కురుచులు మనభాషలయందు కూడా ప్రవేసిస్తూన్నవి. ఇంటింటా పిన్నలు పెద్దలు వాటినే ప్రశంసిస్తున్నారు.

మహాభారత రామాయణములు చదివిన ఫలము

ఆంగ్లసాహిత్య పక్షపాతులు ఆర్యసాహిత్యమున మాత్రము హత్యలు మొదలగు హానికరములగు కృత్యములు లేవా అని యందురేమో? లేకేమి? పుష్కలముగా నున్నవి. కురుక్షేత్రసంగ్రామమున, రామరావణయుద్ధమున, ఉపపాండవుల వధయందు, శిబికర్ణదధీచుల దానములయందున్నూ హత్యలు తక్తపాతములును కలవు, కాని మన దృశ్యకావ్యములం దట్టివి కానరావు. శ్రవ్యములకూ దృశ్యములకూ ఈవిషయమున చాలాభేదమున్నది. ఇట్టిదృశ్యము లార్యదృశ్య

కావ్యములలో లేకుండుటచే కురుచిప్రచార మార్య సాహిత్యదర్శమున లేదని చెప్పవచ్చును.

రామాయణ మహాభారతములు పఠించుటవల్ల ఫల మత్యంత శుభావహము. ప్రకృతమున మనసంఘమున ప్రబలియున్న ధర్మప్రభావము ఈగ్రంథములు చదువుటవలన కలిగిందని నిశ్చయించవచ్చును. ఈ రెండుగ్రంథముల జీవరూప మగు ధర్మతేజము ధర్మబలమున్నూ మనసంఘమునకు మూలాధారములై బరగుచున్నవి. దానవీరులు పుత్త్రబలి నొసగడము జూచునపుడు మన మానసములను ధర్మప్రభావ మావేశించి తదితరభావముల డిందుపరచును. వారి దాన వీర్యము ధర్మాసక్తియు మనల భక్తిపరవశుల జేయును. ధర్మానురక్తిచే సర్వము త్యజించువారికి పుత్త్రబలి లెక్కా? ఆ బలిమూలమున త్యాగమందు గౌరవము, ధర్మభావమును పరిపూర్ణత నొందడమే గాక మన కావీరులయెడ సానుభూతి జనించి వారివలనే ధర్మాసక్తీ విషయపరాఙ్ముఖతయూ మన హృదయముల మట్టుకొనును. అట్టియెడ పుత్త్రబలి పూరికైన సాటికాదు.

ఆర్యధర్మానురక్తి కేవల ఋషి చరితములందే కాక క్షాత్త్రవీరులందున్నూ కనబడును; పురాణములు చదివిన ఈవిషయము విశదమగును. కౌరవపక్షమున సమరా వేశుడై యుండుతరినికూడా కర్ణుడు దానవీరుడు కావున ధర్మ పాలనమున అకుంఠితుడై, అమోఘములగు తన కవచకుండలములను ప్రతివీరపక్షపాతియు వంచకుడునగు ఇంద్రున కిచ్చెను. ఇది విన్నవారికి ధార్మికోత్తేజనము కల్గదా? ధర్మాను రక్తి అతిశయింపదా? దీనిమూలమున మానవప్రకృతి దోషాయత్త మగునా? లేక ఉన్నతధర్మాసక్త మగునా? ధర్మమునకును దానవీర్యమునకును మానవుడు సర్వస్వపరిత్యాగ మొనర్పవలయు నను విధి నిర్ధారితము కాలేదా?

ఇక ఉపపాండవుల హత్య - ఇది దుర్యోధనుని ఆసుర ప్రకృతియందు జనించిన పాపవ్యాపారము. ఇది ఘోరమనియు తామసికమనియు వ్యాసుడే వ్యక్తీకరించెను.

ఈఘటనను పరివర్తన మొనర్చి పాపసమ్మార్జనము చేసి శిక్షాప్రదమగునట్లు కొందరు కావించిరి. ఆత్రమున జరిగెను కదా అని దుర్యోధనుడుకూడా పశ్చాత్తప్తు డాయెను. యుద్ధసమయములందు మోసము, వంచన, భ్రాంతి మొదలగువాటిచే చోదితములగు కృత్యములు ఎన్నో జరుగుచుండును. అంత:కలహము లాపజ్జనకములని చూపుటకు కవులిట్టి ఘోరకర్మల కల్పింతురు. మహాభారతము ఇతిహాసము (History)ని యెంచేవారి కివి అసంబద్ధములని తోచదు. అది యొక కావ్యమని యెంచేవాళ్ళకే. ఇట్టి కార్యపరంపర భయంకరవ్యాపారమని తట్టును. జ్ఞాతివిరోధమున భయంకరపరిణామము చేకూరుతుందని వారు తెలుసుకొందురు.

భారతము పురాణమని యెరుంగునది. జనులయందు ధర్మబీజముల నాటి సంఘములయందు ధర్మబుద్ధి ప్రబలునట్లు చేయడమే పురాణముల ముఖ్యోద్దేశము. అట్లు చేయబూనునపుడు కొన్నిచోట్ల హత్యాకాండము అవసరమగును, కాని ప్రధానాంశము కాకపోవడముచేత అది యేమూలనో మట్టుపడియుండును. దృశ్యకావ్యములం దట్టివి కల్పిస్తే అవి ప్రదానములగును, కావున ధర్మబుద్ధిని మట్టుపరచును. పురాణములందన్ననో అవి ప్రక్కలకొరిగి ధర్మానురాగోదయమును అరి కట్టవు. పుష్కలకార్యప్రపంచమున వీటికి ప్రాముఖ్య ముండదు. ధర్మానురక్తి జనుల జీవితముల నియమితములుగను సుశిక్షితములుగనూ చేయును.

1. * విభావానుభావసంచారీభావములచే స్థాయీభావము వ్యక్తము కాగా రసోత్పత్తి యగును. భావనను విశిష్టముగా స్పష్టీకరించునది "విభావము", ఇది రెండువిధములు :- ఆలంబనము, ఉద్దీపనము. దేని ఆశ్రయమున రస ముదయించునో అది "ఆలంబనము". దేనివల్ల రసము అతిశయించునో అది "ఉద్దీపనము" రసానుభూతిని కావించుభావము "అనుభావము" సాత్విక, కాయిక, మానసికములని అనుభావము మూడురకములు. రసమున సంచరించుభావము "సంచారి" యగును, స్థిర మగుభావము "స్థాయి" అనబడును. వచ్చుచూ పోవుచుండునని సంచారిభావములు; ఎప్పటికిని స్థిరముగా నుండునది స్థాయీభావము. రతి (అనురాగము) హాసము, శోకము, క్రోధము, ఉత్సాహము, భయము, గ్లాని, ఆశ్చర్యము, నిర్వేదము లని

తొమ్మిది స్థాయీభావములు - వీటినుండి శృంగారము, హాస్యము మొదలగు తొమ్మిదిరసములూ క్రమముగా పుట్టును. రసములన్నిటికీ ఉత్పత్తి విభావానుభావసంచారీస్థాయీభావము లుండితీరును. వీటినిగూర్చి విపులముగా నెఱుగ దలచువారు దశరూపకాది ఆలంకారిక గ్రంథముల చూడనగును.

2. *Desdemona.......O,banish me, my lord, but kill me not. Othello...........Down, Strumpet ! Desdem..........Kill me tomorrow, let me live tonight. Othello..........Nay, if you strive' -

3. * ఈయభిప్రాయము బొత్తిగా తోసిపేయదగినది కాకున్నా కొంతవఱకు అతిశయోక్తి అనక తీఱదు. ఇప్పటి నాటకములలో నిట్టిదృశ్యములు తరుచుగా గుప్పుచుండుటచేత ప్రేక్షకుల గుండెలు దిట్టబడుచున్నవి. కాలగతి మారుచుండుటచే ఇట్టి దృశ్యములు అనుభవ సిద్ధములగుచున్నవి. అసూయావేశమున కదా ఒథెలో నిదర్శన మేదియులేక నిరపరాధినియగు కాంతపై నిందమోపి నిధన మొనర్చెను. ఇట్లే యెన్నో హత్యలు ఇప్పుడూ జరుగుచున్నవి. ఈర్ష్య మానవులకన్ను గప్పి కార్యాకార్య విచక్షణను క్రమక్రమముగా తగ్గించును, కనుక ప్రేక్షకులకు ఒథెలోయెడ కొంత సానుభూతి జనింపవచ్చును. సాత్త్వికచిత్తులకును అస్థిరభావులకు, నిర్బోధులగు బాలకులకు ఇట్టి దృశ్యములు గర్భనిర్భేదకము లనుటకు సందియములేదు. నిరపరాధులు బాముల బడుచుండ జూచి యోర్వలేక తత్కారకుల శిక్షింప ప్రేక్షకులు కొన్నివేళల క్రోధావేశులై రంగస్థలమున కురుకుటయు, ఒకరిద్దరు ఉన్మాదు లగుటకూడా తటస్థించును.

4. * ఇట వియోగాంతశబ్దము Tragedy అనుశబ్దమునకు పర్యాయపదముగా వాడబడినది, కాని రెండునొకటికావు. వియోగము అనేక విధముల ఘటిల్ల వచ్చును, Tragedy వాటిలోనొక భంగి. ఉత్తరరామచరితము వియోగాంతమే కాని Tragedy కాదు Tragedy యందలి వియోగము కొట్లాట రక్తపాతము లేక కాబోదు. ఇవిలేకపోయినా నాటకము వియోగాంతము కావచ్చును కదా; అయినను ఈరెండుశబ్దములు సమానార్థమున వ్యవహరింపబడు చుండుటచేత ఈగ్రంథమునకూడ అవిపర్యాయపదములు గానే వాడబడినవి.

5. * Crusades అనునవి క్రైస్తవులకు మహమ్మదీయులకు జరిగిన మతయుద్ధములు క్రైస్తవుల పుణ్యభూమియగు జెరూసలెమ్ మహమ్మదీయులవశమునుండి తప్పించిటయే వీటి యుద్దేశము యూరపుఖండ మందలి ప్రతిదేశస్థులు (నిందు పోరాడి మడియు చుండిరి.)

6. † (Inquisition) అనునది క్రైస్తవలయందలి శాఖలలో నన్యోన్యము కలుగుచుండిన హత్యలు. ఇవి అతిభయంకరములు, హృదయ దారకములు.

7. * కొన్నిచోట్ల ఆత్మహత్య ఆచరింపగూడదని లేకపోలేదు, అది మాటవరుస కన్నదేకాని సేనామంది ఆత్మగౌరవము నిలువబెట్టుటకు ఆత్మహత్య అవలీల కావించినారు.

8. * ఇప్పు డిప్పుడు సినిమాలు ఊరి కొకటిచొప్పున వ్యాపిస్తూన్నవి. వాటిలోనూ హత్యలు పరిపాటే, ఆదర్శములు అవనతములు, రుచుల నాగరకములునై ప్రేక్షకుల మనస్సులందు విషబీజములను నాటుతూన్నవి.

మూడో ప్రకరణము

సాహిత్యమున దివ్యప్రేమ.

సీతాదేవి ప్రేమ -

సాహిత్యమున ప్రేమమాహాత్మ్యము గాంచవలె నన్న సీతాదేవిచరితమును పరికించవలయును. ఆమె రాజర్షి యగు జనకుని ప్రశాంతవంశమున పుట్టి, లాలనపాలన శిక్షల నొంది, ప్రేమమూర్తి యైన శ్రీరాముని చెట్టబట్టింది, కావున అద్వితీయప్రేమమూర్తి అయింది. శ్రీరాముడు సింహాసనాధీశుడై నప్పుడు తాను మహారాణి నౌదుననే ఔత్సుక్యముతోనున్న సీత, అతనికి వనవాస మబ్బినతోడనే వెంటబోవుటకు సిద్ధ పడెను; అందు కాత డొప్పుకొనలేదు, ఆమె మాత్రము ముందంజ వేసినది. ఘోరాటవుల గ్రుమ్మరుట అమిత భయావహమనీ కష్టదాయక మనీ రాముడెంత బోధించినా ఆమె నిరుత్సాహపడక, నిర్భయముగా పతి వెన్నంటెను, దీనికి కారణము ఆతని యందలి ప్రేమయే. పతిచెంతనున్నచో ఆమె కెట్టి కష్టములూ కష్టములుగా తోచలేదు, భీతి అసలే లేదు. ఋష్యాశ్రమముల వీక్షించు నపుడు శ్రీరామున కెట్టి యానంద ముదయించెనో సీతకు కూడా అట్టి యానందమే కలుగుతూండెను. ఆర్యుల మతమున సతి పతికి నీడ వంటిది. అతనికి సుఖావహమయినవన్నీ ఆమెకు సుఖావహములు - ఆశ్రమవాసుల కష్టముల తొలగించి శ్రీరాముడు వనస్థలుల యందు శాంతిని నెలకొల్ప, అతని నాశ్రయించిన ప్రేమలత సీత ప్రేమకుసుమముల వెదచల్లుతూ అచ్చటి మునిపత్నులను మునికన్యలనూ ప్రేమాలాప ప్రేమాచరణపాశములచేత బంధిస్తూండెను - దండకారణ్యమున గ్రుమ్మరువేళల శ్రీరాముడు శాంతి సముద్రమున నోలలాడుచుండ, సీత ప్రేమస్రోతమున నీదుచుండెను.

సీత ప్రేమదూత అననొప్పు; ఆమె ప్రేమ విశ్వవ్యాపి - శ్రీకృష్ణుని ప్రేమ రాధారూపము ధరించినట్లు శ్రీరాముని ప్రేమ సీతారూపము గైకొనెను. అశోకవనియందలి క్రూర రాక్షసులు సయితి మా ప్రేమకు వశులై చేతులు జోడించి ఆమెకు మ్రొక్కసాగిరి. ప్రేమప్రభావమున శత్రులు మిత్రులౌట చూచినారా? ఆమె ప్రేమయొక్క నిజస్వరూపము గోదావరితీరమందలి పంచవటియందు కనబడును. అచ్చటి పర్ణశాలను సీత నందనవనముగా నొనర్చుట వల్ల తజ్జీవకోటి ఆమెను అనుపమప్రేమతో గారవిస్తూండెను. హరి ణము లామె చేతుల యందలి పూరినిమేయుచుండ, మయూరము లామెవేయు తాళము ననుసరించి నృత్యము చేయు చుండెను; పావురములూ గువ్వలును ఆమెతో ప్రేమాలాపములు సల్పుచుండెను. క్రూరమృగములు సయితము హింసా ద్వేషముల నుజ్జగించి ఆమె నిర్మించిన ఉద్యానమున విచ్చల విడిగా విహరించుచుండెను. ఆప్రేమ కాననమున శాంతిసుమములు వెల్లివిరియుచుండెను. సీతప్రేమ అపారమని గోదావరి ధీరమందస్వనమున చాటుతూ అమృతరసధారల వెల్లివొడుచు చుండెను. జనస్థాన మంతా ఆమె యందలి ప్రేమచే పుష్పవృష్టి కురియగా ఆలతాంతరాసులతో వనదేవతలను ప్రియ దేవతయగు పతిని ఆమె పూజిస్తూండెను. ఇందుచే అయోధ్య యందు రాజసింహాసనమున నుండడము రామున కెక్కుడు సుఖదాయక మో, లేక పంచవటియందలి కుసుమోద్యానమున నుండుట ఎక్కుడు సుఖదాయకమో నిర్ణయించడము సులభము కాదు. ఆకుసుమ కాననమున సీత రామునకు స్వర్గసుఖము చేకూర్చిందని ఇదివరకే చెప్పి యుంటిమి కదా? పంచవటి సీత నిర్మించిన ప్రేమ రాజ్యము. ఆ దంపతుల నిస్తుల సుఖజీవనము చూచువారికి "ముందున్నది ముసుళ్ళ పండుగ" అని స్ఫురించక మానదు.

కవికులతిలకుడగు వాల్మీకి మహాముని అపూర్వమగు ఈప్రేమ చిత్రమును రచించెను. కణ్వాశ్రమమందలి శకుంతల పంచవటియందలి సీతయొక్క నకలువలె తోచును. మిల్టన్ రచించిన ఆదము అవ్వల ప్రేమచిత్రము ఈ రచనముం దేపాటి?

పుట్టినదాది స్వర్గమందున్న వారికి భూలోకమందలి సుఖదు;ఖములూ, హింసాద్వేషములూ తెలియవు. వారు ఐహికజ్ఞాన రహితులు; అజ్ఞానాంధమసావిష్టులకు ప్రేమ రస తేజస్స్ఫురణము అసంభవము కాదా? కావున వారిప్రేమ ప్రేమకాదు, వారిసుఖము సుఖముకాదు. సీతారాముల ప్రేమకును వారి ప్రేమకును స్వర్గపాతాళముల కున్నంత అంతరముంది. సీత దు;ఖమయకాననమును ప్రేమసుఖమయ మగునట్లు చేయ, అవ్వ సుఖమయకాననమును వసించుటకు అహన్‌త గడించలేక అధోగతిని కూలత్రోయబడెను. పాపకలితమగు పృథ్వీఖండము సీత పుణ్యవంతమగా చేయ, పుణ్యవంతమగు స్వర్గమున అవ్వ పాపకంటకము నాటి హింసాద్వేషముల మొలిపించింది.

రాధాప్రేమ -

ఆర్యుల భక్తిశాస్త్రమున నింకోమాదిరి ప్రేమా దర్శము ఏొడచూపుచున్నది. మానవుల యందలి సాత్విక ప్రేమకది మూలప్రతిమ అనవచ్చును. ఆప్రేమ మూర్తీభవించి రాధారూపమును దాల్చింది, గోపికలామె సహచరులు; దంపతుల ప్రేమ చెందదగిన చరమసీమను మీరి రాధికాప్రేమ కృష్ణభక్తిగా మారెను, కావున దానిని ప్రేమభక్తి అననొప్పును, దంపతీప్రేమకు పరమావధి భగవదర్పణమే. భగవంతుడే జగమునకెల్ల నాధుడు. రాధయు గోపికలూ తప్ప వేరెవ్వరును "భగవంతుడు మాకు ప్రాణవల్లభు"డని చెప్పుకొన జాలరు. సత్యభామ అట్లే అనుకొనుచుండెను కాని రాధామనోవల్లభుడగు శ్రీకృష్ణు డామెకు గర్వభంగ మొనర్చెను. ఆమెప్రేమను దృప్తభక్తి అనదగును. ఆత్మ సమర్పణమున పరిణతి చెందిన రాధాప్రేమభక్తి కిది సాటి కాదు. రుక్మిణిభక్తి దాంపత్యప్రేమ మాధురీసంఘటిత మవుటచేత దానికి యోగ్యపరిణతి ప్రాప్తించింది. ప్రేమ భక్త్యుల్లాసమున శ్రీకృష్ణలీలాతరంగిణులయందు అభిమాన విలాసములతో రాధ ఓలలాడుతూ ఉండడముచేత ఆమెకు శ్రీకృష్ణుని ప్రేమయే లోకము, ఆమె సర్వస్వ

మదే. శ్రీకృష్ణుడే ఆమెధనము, ఆతడే ఆమె సుఖము, అతడే ఆమెచింత; అతని ప్రేమయే ఆమె కునికిపట్టు, అతని తోడునీడగా నుండి ఆమె యితరమును మరచెను; ఆమెకు శ్రీకృష్ణునితోడి విరహ మెక్కడిది? అతని ధ్యానమున సదా మగ్నయై ఎప్పుడూ ఆతనినే విలోకిస్తూ ఉండును. శ్రీకృష్ణునెడ క్షణమైనా విముఖత చెందక, తద్రూపమయ బృందావనమున తత్కథామృత రసపానము చేస్తూ ఆమె కాలము పుచ్చుచుండెను. రాధా కృష్ణులు ఎల్లప్పుడూ కదంబమూలమున విరాజిల్లుతూంటే రాధ శ్రీకృష్ణునుండి వేరుపడు టెట్లు?

సీత ప్రేమయందలి ఐకాంతికము

సీతా విరహ మింకొక మాదిరి; సుఖాలవాలమగు బృందావనమున అది జనింపలేదు - అశోక వనియం దుండునెడ ఆకారాగారమును ఆమె శ్రీరామమయ మొనర్చెను. రామనామస్మరణయే ఆమె కప్పుడు సంజీవి - రాక్షసకాంతల తర్జనభర్జనముల కోడి ఆమె మనసు ఏకాంతమున శ్రీరాముని శరణు జొచ్చింది. భయముచేత భక్తి పెరిగి పతి ప్రేమను పరిపుష్ట మొనర్చెను. అహోరాత్రములు శ్రీరాముని నీలమేఘశ్యామలమూర్తిని ధ్యానించుటచేత ఆమె పతి పరాయణత పరమావధి చేరెను. సరమతో ఎల్లప్పుడూ శ్రీరాముని చరితమునేవల్లెవేయుచుండు ఆమెకు వేరొక చింత యెట్లుండును? లంకా విజయానంతరము ఆమె పాతివ్రత్యము అగ్నిచే పరీక్షింపబడినది.

శ్రీరాముని అంకమునుండి విగళితయై లంకావాసము చేయునెడ తిరిగీ పతిసమ్మేళనమున దానిని పొందగల్గుదు నను ఆశచే ఆమె ప్రాణములు బిగబట్టెను, కాని లక్ష్మణుడామెను గంగా తీర కాననముల విడిచినప్పుడు ఆమెకిట్టి ఆశయెక్కడిది? ఐన నామెశ్రీరామునియందలి భక్తిని వదలలేదు, ఆతనిమేలు కోరడము మానలేదు. సహకారము నాశ్రయించిన మాధవీలతను తెంచి పారవేయు మాడ్కి ఆతడామెను వనభూములకు పారదోలెను. వాల్మీకి యాశ్రమము అశోకవనము వంటిది కాకున్నా ఆమె పాలిటికి అంతకన్న

భయావహ మాయెను: రావణుని వశమున ఆమె యుండునపుడు వైర నిర్యాతన మొనర్చడమునకు శ్రీరాముడు తనచెర విడిపించి తీరుననే ఆశయుండెను, కాని యిప్పుడట్టి ఆశలేదు, కావున ఆమెప్రేమ నైరాశ్యభరితము. ఇప్పుడు శ్రీరాముడు స్వయముగా ప్రజానురంజన కామెను బలియిచ్చెను. ఇక పునస్సమ్మేళన మసంభవము - ఈవియోగమున ఆమె శ్రీ రాము నుద్దీప్త ప్రేమకు ప్రబలాధారమయ్యెను. ఆప్రేమ వలన సీతకు లేశమైనా గర్వముకాని గుండెనిబ్బరముకానీ కల్గగలేదు, దానిమూలమున అందరికీ ఆమెయెడ సానుభూతీ అతులాదరమున్నూ ప్రబలినవి. ఆప్రేమయే సీతకన్నులనుండి బాష్పధారావృష్టిని ప్రభవిల్ల చేసెను. తనబిడ్డలను జూచి పతి రూపము స్మరించి దానినెల్లప్పుడు ఆరాధిస్తూ ఉండేది. సుతుల మోముల తిలకించి శ్రీరామచంద్రుని లోచనరాజీవముల స్మరించి కన్నీటి కాల్వలచే కాననభూమిని తడుపుతూ ఉండి, శ్రీరాముని ప్రేమమునే జీవాధారము చేసుకొని నిర్భరములగు ప్రాణములు నిల్పుకొన గలిగింది.

ఆశ్రమావాసమున పెరిగిన ఆమెగాఢప్రేమ పాతాళ ప్రవేశసమయమున ప్రకటితమాయెను. శ్రీరాముని నోట పున:పరీక్షాప్రసంగము వెలువడగానే సీత గుండె పటీలున బద్దలయింది. పితృకల్పుడగు వాల్మీకి, ఇతర గురుజనము, పుత్రులు, ఎందరో సభాసదులు - అందరిముందర మర్మభేదకమగు ఆవార్త విని ఆమె సహింపగలదా? భూమి దారి యిచ్చినవెంటనే శ్రీరాముని ముఖమునందే దృష్టినిల్పి ప్రేమ ప్రతిమ యగు సీతాసతీమణి మాతురంకమును జేరి మరి కనబడలేదు. సతీప్రేమ పవిత్రప్రతిమ అంతటితో నస్తమించినది!

సతీత్వ గౌరవము

పతియెడ సతికుండ దగిననుప్రేమ అలౌకిక మనుటకు సీతయే దృష్టాంతము. పతిభక్తికిని సతీత్వమునకును చూడాంత నిదర్శనమగు ప్రేమస్ఫీత సీత అపూర్వకవిస్పృష్టి అనకతీరదు - ఇట్టి సతీత్వము పాతివ్రత్యమును ఆర్యసాహిత్య

మెక్కువగా కొనియాడబట్టి యీరెండు ధర్మములూ ఆర్య నారీజనమునకు మూలబలమని యెంచనగును. 'సతి' అను మాట వినగానే ఒడలు గరుపారును - పతినే మననము చేయుచూ ఆతనినే సేవించుచూ ధ్యానించుచూ తదితరము నెరుగనట్టి నారీమణి, 'సతి', యనబడును. సతీదేవి పతినింద చెవిని బడినతోడనే అగ్నిలో నురికింది - సావిత్రి పతిశరీరము నంటి యుండుటచేతనే కదా యము డామె నంటవెరచెను! సుమతి పతిరోగదళిత కళేబరమును తప్తకాంచన నిభముగా నొనర్చగల్గెను. సావిత్రి యముని చేతబడిన పతిప్రాణముల నార్జింపగల్గెను - వీరిట్లు చేయగల్గుటకు సతీత్వ పాతివ్రత్యములే ముఖ్యసాధనములు - సతీత్వమును గౌరవించినన్నాళ్ళు ఆర్యలలనామణులు అధికశక్తియుతలై విరాజిల్లుచుందురు. సతి అనుదానికి పతివ్రత అనునది పర్యాయపదము - సతి మనకు దేవీతుల్య, ఆమెకు పతి దేవతుల్యుడు, అట్టి భావముతోనే ఆమె అతని నర్చించుచుండును. ఇట్టి సతీగౌరవమును స్థాపించినవి ఆర్యశాస్త్రములు - ఆర్యావర్తము పుణ్యభూమీ, ఆర్యధామములు పవిత్రములూ అగుటకు సతులే ముఖ్యాధార ములు - వారిని గౌరవించు నాచారము మన కుగ్గుపాలతో ఉపదేశింపబడును. గాంధారి తనభర్త అంధుడని యెరిగిన వెంటనే కళ్ళకు గుడ్డకట్టుకొని అంధీభూత అయ్యెను. సావిత్రి తండ్రియిచ్చిన భూషణాంబరాది రాజచిహ్నములవీడి నారచీరకట్టి గురువుల సేవించుతూ పత్యవసానదినమున యముని మెప్పించి పతిని పునర్జీవితు గావించుకొంది.

ఇట్టి సతీగౌరవమున గ్రాలుచున్న భారతవర్షమున సీత సర్వజనసమాదరణమునొంది ఎల్లకడల పూజింపబడుతూ ఉన్నది - ఒక్కసీత అననేల? పతివ్రతలందరూ ఆమెవలె పరమపూజనీయ లయినారు - సతి, పార్వతి, అరుంధతి, సావిత్రి, గాంధారి, చంద్రమతి, దమయంతి, మొదలుగా గల నారీమణుల పేర్లు విన్నతోడనే ప్రతిభారతీయుని శిరము గర్వముచే ఉన్నతమై, చిత్తమునకు శుద్ధియు, శీలమునకు పవిత్రతయు అలవడును.

ఏ పాతివ్రత్యగౌరవము ఆర్యసాహిత్యమున పురాణములయందు, కావ్యములందు, నాటకములందు, నవలలందును అవిరళముగా ప్రస్తుతింప బడెనో, ఏ పాతివ్రత్యబలము నాధారము చేసుకొని భారతరమణులు ధైర్యము, క్షాంతి, అధ్యవసాయము, కార్యచాతుర్యము, వైదగ్ధ్యము, సహిష్ణుత మొదలగు సుగుణముల నభ్యసించి నారీరత్నములని బరగు చున్నారో, ఏసతీధర్మాచరణమునవారు పవిత్రశీలలు, పూత చరితలు నగుచున్నారో, అట్టిపాతివ్రత్యధర్మగౌరవమును ఆర్యకవు లనేకోపాయముల తమ సాహిత్యమున జొన్పినారు చూడండి : _

1. పురాణశ్రవణము - పాటలు

మనదేశమున పురాణశ్రవణము లోకులకిప్పుడు రుచింపకున్నా అచ్చటచ్చట ఇది చెలగుచుండ బట్టి మధురవాక్యములతో కూర్పబడిన దృష్టాంతసహిత వ్యాఖ్యానముల యందును, వీధులలోనూ ఇండ్లలోనూ పాడుచున్న పాటలు, వింటూన్న హరికథలు, గీతములూ, కనుచున్న వీధినాటకములు బొమ్మలాటలు మొదలగు వాటియందున్నూ కీర్తింపబడు సతీధర్మము, పాతివ్రత్యప్రభావమును స్త్రీల మానసము లందు గాఢముగా నాటి వారి జీవితముల శుభోదర్కము లగునట్లు ఒనర్చుచున్నవి. శ్రీమద్రామాయణము మహాభారతమును నాటకములుగాను పాటలుగాను రచింప బడుటచేత కొంతవర కీ ఫలమే సిద్ధిస్తూన్నది. వీటిని విన్నతరువాత పతితపావనమగు నిర్మలధర్మప్రవాహము మానసములందు పారుచునే ఉంటుంది. గాయకులు, నటులు "కాలక్షేపముల" చేయువారును వివిధశబ్దార్థాలంకారముల కూర్చి వారివారి వాక్చాతురి, కళాకౌశలమున్నూ వెలయునట్లు ఈరెండు ధర్మములను అధికముగా ప్రకటిస్తూన్నారు.

2. ఇళ్ళలో చెప్పుకునే కథలు.

మనలో వృద్ధులు (స్త్రీపురుషులు) అనుశృతిగా కథలు చెప్పుతూ పాటలుపాడుతూంటే చదువుకొన్నవాళ్లు చిన్న చిన్న పుస్తకముల ద్వారా ఈధర్మముల నన్నిదిక్కుల వ్యాపింపజేస్తున్నారు.

3. వ్రతములు - నోములు.

పుణ్యకథల రచించుటతోనూ వినుటతోనూ తనివితీరక పిల్లలచే ఆధర్మముల నాచరింప జేయుటకు ఋషు లనేకవ్రతములను నిర్మించిరి. సత్యభామా సావిత్రియూ ఎట్టివ్రతముల నాచరించి పతిపూజ ప్రతిష్ఠించినారో వాటినే మనవారిప్పటికీ చెప్పుకోవడమే కాక తామాచరించి కోడళ్ళచేతను కూతుళ్ళ చేతను ఆనోములు పట్టిస్తూన్నారు. ప్రతివ్రతము నోము తుదనొక కథ యుండును. అందు కొనియాడబడునవి పైరెండు ధర్మము లే.

4. దృష్టాంతములు

బోధనచేయడమే కాక తామాతీరున ఆచరిస్తూన్న పెద్దలు దృష్టాంతరూపులై బాలకులచిత్తములందు ధర్మ ప్రవృత్తి పాదుకొల్పుచున్నారు. ఈధర్మములను వట్టి బోధన వల్ల సాధించుట దుష్కరము, ఇందు దృష్టాంతములే ముఖ్య సాధనములు.

ఇన్ని రీతుల ఉపాయములచేత స్త్రీలకు మనపూర్వులు విద్యనేర్పుతూండిరి. ఇదే యోగ్యమైన బోధన. ఈవిద్యా ప్రభావముననే మనస్త్రీల కనేక సుగుణములు అలవడుచుండేవి. విదేశ శిక్షాప్రచారములేని చోట్ల ఈశిక్షా ఫక్కియందలి ఫలము నేటికిన్నీ తెల్లమగుచున్నది. సతీత్వపాతివ్రత్యగౌర వోజ్వలమగు పౌరాణిక సాహిత్యమును పఠించుటవల్లనే అట్టి సుగుణము లలవడును, కాని విదేశీయగ్రంథముల చదువుటచే ఎన్నడును అబ్బవు. ఇట్టివిద్య కథలు వినుట, దృష్టాంతములు కనుట, ఆచరణముల చేయుట వలన లభించునంత సుళువుగా

వట్టి గ్రంథపఠనము వలన లభింపదు. ఈనాట్లుసాధనముల చేతను తరుణతరళములగు మన కులకామినుల హృదయములందు పాతివ్రత్య సంస్కారము వేరుదన్ని నిలుచును. తన్మూలమున వారు ధర్మగౌరవమున మదిన్నిల్పి తమ జీవికను సార్థకమొనర్చుకొందురు.

పై నుదహరించిన ఆర్యశిక్షాప్రణాళి కాలవశమున తారుమారయి, ప్రస్తుతమున ఆ సుందరపథమునకు మారుగా విదేశశిక్షాపరిపాటి ఉపక్రమింపబడుతూన్నది. ఆసాహిత్యమున మన సతీత్వపతివ్రతాధర్మములు లేక పోవడమేకాక తద్వ్యతిరేక రీతి కాన్పిస్తూంది. పతిప్రేమరసాయనము గ్రోలుతూ తదేకనిష్ఠతో జన్మమంతా గడుపుట భారతీయసతికి విధి. పాశ్చాత్యసంఘమునం దిట్టి ఆదర్శము లేదు. వారి ఆదర్శ విధానము కొంచెము వివరింతాము -

1. వారిలో స్త్రీలు తమ కిష్టమైన వారిని పెండ్లి యాడుదురు, వారి యిచ్ఛప్రబలము, తదనుసారము కార్యముల నిర్వర్తింతురు; వారికి స్వాతంత్ర్యమూ స్వేచ్ఛయూ ఉన్నవి.

2. వారిలో స్త్రీలు పలుమారు పెండ్లి యాడ వచ్చును. పతిగతించిన పిదపనే కాక పతిజీవించియున్నా ఆతని త్యజించి (Divorce) వేరొకని పెండ్లియాడు ఆచారము కూడా వారిలో కద్దు.

ఆర్యస్త్రీలు తమ పెద్దలు నిర్ణయించిన వానిని పతిగా వరించి, యావజ్జీవము ఆతనినే దైవముగా నారాధిస్తూ, తదేకనిష్ఠతో అతని యిచ్ఛానుసారము వర్తింపవలెను. ఈ యాచారము పాశ్చాత్యస్త్రీలకు నిర్బంధముకాదు. పతిజీవిత కాలములో వేరొకని పెండ్లియాడుట కలలోనైన ఆర్యస్త్రీ తలపగూడదు.

ఇందువలన ఆర్యసతీత్వాదర్శమునకూ పాశ్చాత్యాదర్శమునకూ సామ్యమేలేదు; సరేకదా మీదు మిక్కిలి వైషమ్యము కూడా కద్దు. రెండూ పరస్పర విరుద్ధ ధర్మములు.

సాహిత్యమున పాతివ్రత్యము -

మన పూర్వులు మనుష్యోచిత వ్యవహారమును సంస్థాపిత మొనర్చి, దానికన్న ఇంచుక భిన్నమగు సతీత్వాదర్శమును నిర్మించి, సాహిత్యమున నెల్ల కడల ఉపపాదించిరి. యూరోపీయ సతీత్వమున లోకవ్యవహారోచితపథము కన్న విశేష మేమియు లేకుండుటచే తదాదర్శవర్ణనము ఆసాహిత్యమున కానరాదు. ఎచ్చట చూచినా ఆర్యాదర్శము వంటి ఉత్కృష్టాదర్శవర్ణన మాసాహిత్యమున లేకుండుటచే దానిని పదేపదే చదివే మన స్త్రీలకు మన సతీత్వాదర్శము అసంభావ్యమని తోచి దానియందు గౌరవాదరములు కలుగనేరవు. మన స్త్రీవిద్యావిధానము పాశ్చాత్యవిధానముకన్న భిన్నమని చెప్పినాముకదా. మన స్త్రీలుకొంచె మక్షరజ్ఞానము కలగగానే పురాణములు మొదలగు మన గ్రంధముల పఠించి మన ఆదర్శములను అనుమోదించి వాటి ననుకరింప మొదలు పెట్టుదురు. విద్యాభ్యాసమునకును, శ్రవణము, ఆచరణము, (వ్యవహారము) దృష్టాంతములను పైనిచెప్పిన నాల్గుసాధనములకును సామంజస్యముండుటచే, చదువుకొన్న స్త్రీలు సతీత్వ ధర్మము, పాతివ్రత్యధర్మమును గౌరవిస్తారు. ఇట్టి స్త్రీ విద్య ప్రమాదజనకము కాదు. "అధీతి బోధాచరణప్రచారణము" లకు చక్కని సామంజస్య మున్నందున ఇదేఉత్తమవిద్య.

యూరోపీయాచారములు మన ఆదర్శముల కనురూపముగానుండవు. పాశ్చాత్యసాహిత్య మభ్యసించి విదేశాచారముల నుపక్రమించిన మనస్త్రీలకు ఆర్యపతివ్రతాధర్మముల యెడ గౌరవము సమసిపోయి వాటికి వారు దూరులగుటే కాక పాశ్చాత్య సతీధర్మములందా సక్తి పుట్టును. వీటికీ మన ఆచారవ్యవహారములకూ సరిపడదు. ఆసంఘమున నవి చెల్లుబడి యౌనుగాని మన వ్యవస్థలకు పనికిరావు. మన సాహిత్యమున నుపపాదింపబడిన ధర్మముల నాశ్రయించుట చేతనేకదా మన స్త్రీలకు కొన్ని సుగుణములు అలవడునని చెప్పియుంటిమి. ఆధర్మములు పాశ్చాత్యసాహిత్యమున అక్కడక్కడ

ఇంచుకించుకగా స్ఫురించును, కాని ఉజ్వలరూపమున కానబడవు. కావున దాని పఠించువారి కా సుగుణము లబ్బవు. అందుచేత అసలే గిట్టవు. ఇట్టి దృష్టాంతము లిప్పుడిప్పుడు కాన్పించుచున్నవి. ఇవి ప్రబలకపూర్వమే పాశ్చా త్యవిదాఘణితి మన వారికి ప్రమాదజనకమని యెరుంగుట మేలు. బోధనకును ఆచరణమునకును సానుకూలత లేనందున విద్యాభ్యాసము విఫలమగును; ఎద్దు ఎండకూ పోతునీడకూ లాగితే బండి నడుచుటెట్లు?

ప్రాచీనభారతవర్షమున స్వేచ్ఛాచరణము

యూరోపీయ సంఘములందు ప్రస్తుతమున బరగుచున్న సతీలక్షణములు సభ్యతాప్రాథమికావస్థయందు అన్ని సంఘములందూ ఉండెను. ప్రాచీనభరతఖండమున అచ్చటచ్చట ఇట్టి ఆచారవ్యవహారములు ప్రబలియుండెనని తలంచుటకు నిదర్శనములు కానవస్తూన్నవి - దిగ్విజయ సందర్భమున సహదేవుడు ప్రాచీన మాహిష్మతీ నగరమున కేగినప్పుడు అచటి స్త్రీలు పుంశ్చలులై స్వేచ్ఛావిహారము సల్పుచుండి రట.

"పూర్వకాలమున మనదేశమున స్త్రీలకు అంత:పుర నిర్బంధము (ఘోషా) లేక వారు ఇచ్ఛానుసారము వర్తించు చుండిరి. ఒకరి యధీనమున కాలక్షేపము సేయు నక్కర వారికి లేకుండెను - విషయవ్యాపారములందు తిర్యగ్జంతువుల లీల వారు విహరించుచుండిరి. ఉత్తరకురుభూములందలి వారిప్పటికిని ఆ రీతినే వర్తించుచున్నా" రని పాండురాజు కుంతితో చెప్పెను.

పిమ్మట శ్వేతకేతు వృత్తాంతమును స్త్రీలకు తిర్యగ్జం తువులవలె స్వాతంత్ర్యమూ, స్వేచ్ఛాచరణమూ తత్పూర్వ ముండెననియు, అట్టి యాచారముల నుజ్జగించి భారతీయులు ఉన్నతప్రపత్తి ననుసరించి దివ్యత్వమును సాధించిరనియు అతడే చెప్పెను.

మనము అట్టి దేవత్వమును కోలుపోయి నీమ్న వ్యాపారముల ననుమోదించుట ధర్మమా? యుక్తకర్మమా?

ఆర్య సతి పవిత్రత

యూరోపీయ సాహిత్యమున మానవప్రకృతియందలి నైసర్గిక స్వేచ్ఛాచరణమునకు ప్రాబల్యము కానవచ్చుచున్నది. ఆర్యసాహిత్యమున ప్రేమ ఉదయింది మానవప్రకృతిని పవిత్రిత మొనర్చి దాని కున్నతి చేకూర్చింది. మహాశ్వేత*[1]ప్రేమ ఇట్లే పవిత్రితమై దైవారాధానముగ పరిణమించెను. ఆమె మూర్తీభవించిన దైవారాధన, ప్రకృతిరూపముగొన్న పవిత్ర ప్రేమ అననొప్పు.
అచ్ఛోదసరస్తీరకాననాభ్యంతరమున దైవారాధన చేయుచుండు ఆసతీమణీ దేవీమూర్తియో మానవీమూర్తియో నిర్ణయించుట కష్టము. దేవపూజా చ్ఛలమున మానసమునకు ఏకాగ్రత కల్పించి ఆమె యెవ్వని పూజించుచున్నది? అప్పుడామె పతిని ప్రేమించుచున్న దందామా? లేక పూజించుచున్న దందామా? బాణభట్ట నిర్మితయగు మహాశ్వేతవలెనే కాళిదాస నిర్మితయగు పార్వతియు పూతచరితయే. అప్సరస్సంభవయైన శకుంతలయు తుద కిట్టి పవిత్రమూర్తిగానే పరిణమించింది. ఇట్టి నారీమణుల సంసర్గమున మానవప్రకృతి పవిత్రితమైన దన వచ్చును.

ఆర్యసతి యాత్మోత్సర్గము

పత్యనురాగము ప్రబలినకొద్దీ సతి తన అస్తిత్వమే మరచిపోవును. ప్రేమావేశమున ఆత్మవిస్మృతినొంది సర్వవిషయముల తన పతితో సాయుజ్య మొందును. ఆతని సుఖమే తన సుఖమనియు, ఆతని దు:ఖమే తన దు:ఖమనియు, భావించడమే దాంపత్యప్రేమకు పరమావధి అని ఇందువల్ల విదితమగును.
ఆర్యకుటుంబములందు పతికీ సతికిన్నీ స్వార్థ మొకటి, సుఖమొక్కటి, స్వర్గమొక్కటి; ఇట్టి ఐక్యత అలవడనిచో దాంపత్యమే సిద్ధింపదు.

పాశ్చాత్యదంపతుల స్వార్థములు వేరు, రుచులు వేరు, పారలౌకికేష్టసాధనలు వేరు; తత్పరిస్థితులు పతిపత్నీ విచ్ఛేదకారకములౌట వారియందు భారతీయ దాంపత్య మందలి ఏకాగ్రత, ఏకనిష్ఠ, ఆత్మోత్సర్గమూ సిద్ధించు నవకాశ మంతగా లేదు. భారతరమణు లేకాగ్రమనస్కలై పతుల ననుగమించుచు సహధర్మిణీసౌభాగ్య మనుభవింతురు; పాశ్చాత్యనారీమణుల కిట్టి సౌకర్యము లభింపదు, ఇష్టవస్తు విభేదము వారిని పతులనుండి వేరుచేయును.

ఆర్యసతీమణులయందలి ప్రగాఢప్రేమ వారియం దుండజాలదు, అందుచే "ధర్మపత్ను" లను ఆర్యపదము వారియందు చెల్లదు. ధర్మపత్నుల కుచితమగు సతీచరిత్రము పాశ్చాత్యసాహిత్యమున లభింపదనుట నిర్వివాదాంశము. సహధర్మిణీచిత్రమును సావకాశముగా నెఱుంగవలెనన్న ఆర్యసాహిత్యమునే పఠించవలయును. ఆర్యసతి కోరేది యీజన్మమునమాత్రమే పత్యనుసరణము జేసి అతనితో సాయుజ్య మొందవలెనని కాదు; ఇహమున పరమునా పత్యనుసరణమే పరమధర్మమని యెంచి సచ్ఛీలబలమునా ధర్మాచరణ ప్రభావముననూ పతితోగూడ దేవత్వము అమరత్వము నొందడమే ఆమెకు పరమావధి. అందుచేతనే ఆమె "అర్ధాంగి" యగుచున్నది.

పతిప్రేమనుండి విశ్వపతి ప్రేమ

ఆత్మోత్సర్గముతో సతి అభ్యసించు పతిభక్తియే భగవద్భక్తికి మొదటి మెట్టు. ఈరీతిని భక్తుడు భగవంతుని యందు లీనముగాకున్న భగవద్భక్తి అతని కలవడనట్టే. పతిభక్తిచే సతి పతియందు లీనమగునట్లు భక్తుడు భగవంతుని యందు లీనుడై తచ్చరణములకు తన స్వాస్థ్యమును సమర్పింపవలెను. దీని నంతయు పరికించి చూస్తే సతియొక్క పతిభక్తి భక్తుని దైవభక్తికి నకలని తోచును. పతినే భగవంతునిగా భావించి వానిలో లీనమగుటకు నెంచుటచే సతి దేవ్యవతారమగుచున్నది. సీతయు రాధయు ఈరెండుతెరగుల ప్రేమాదర్శములై పరస్పరప్రతిబింబము లవుచున్నారు. సీత పతిప్రేమ అత్యుజ్వలము కావున

అందు దేవభక్తి దాగియుంది; రాధ భగవత్ప్రేమ ఉజ్వలమగుటచే పార్థివమగు పతిప్రేమ అందు లీనమైంది; పతిప్రేమయే భగవత్ప్రేమగా పరిణమించింది, కావుననే రాధయొక్కభక్తి "ప్రేమభక్తి" అనిపించుకొంటుంది. ఇట్టి ప్రేమపరిణితియే ఆర్యసాహిత్యమున గాంచనగును. ఒక్క సాహిత్యముననే కాదు, ఆర్యసంఘమున కూడా ఇట్టి ప్రక్రియ తోచుచుండును. వైధవ్య మొందిన ఆర్యసతికి జగత్పతియే పతి, కావున ఆమె పతిభక్తియూ దాంపత్యప్రేమయూ సహజముగా భగవద్భక్తిలో పరిణమించవలెను. అట్టివా రార్యసంఘమందలి రీతినీతుల ననుసరించి సువాసినులభంగి పతిభక్తి నాచరిస్తూ తన్మూలమున దైవభక్తి నభ్యసింతురు. భగవంతునే పతిగా మదిలో నిల్పి, ఆతనినే ప్రణయభాజనునిగా నెంచి సేవిస్తూ, సతీధర్మము నాచరింతురు. అనురాగ మంతా భగవంతునియందు నిక్షిప్తము చేసి వా రాచరించే భక్తి పతిభక్తియు జగత్పతిభక్తియు నగును. అట్టివారు పతినారాధించవలెనంటే భగవంతునారాధింపవలయును. పతి జీవించియున్నప్పుడే రాధ అతడు భగవంతుడని తలంచిన తీరున, వీరు పతి గతించినవెన్క భగవంతుడే పతియని తలంచవలయును. రాధాపతి జననమరణ రహితుడు జగత్పతియు కావున పతి లేనివారు అతనినే పతిగా భావింపవలయును.

1. * బాణకవి రచితమైన కాదంబరి అను గద్యకావ్యమున నొక నాయకి.

నాల్గో ప్రకరణము

సాహిత్యమున పాశవప్రేమ

సతీప్రేమ - కామానురాగము, ప్రేమ

ఆర్యకవులు నిర్మించిన ఆదర్శములలో సతీచరితమున నెట్టి ప్రేమాదర్శమును కల్పించినారో పూర్వప్రకరణమున వివరించినాము. ఎందు చూచినా సతిప్రేమ గోపికాప్రేమను పోలియుండును. నిస్స్వార్థభావము, ఏకనిష్ఠ, స్వామిగౌరవమున్నూ రెండింటియందు నొకతీరుననే ఉండునని స్పష్టమైంది. ఇట్టి భావోదయము కల్గుటచేతనే పతిభక్తి దైవభక్తిగా పరిణమించి మానవునకు దేవత్వము సిద్ధింప జేయును.

సతీప్రేమను పర్యాలోచిస్తే ప్రేమతత్త్వము చక్కగా బోధపడుతుంది : _

కామానురాగమునకూ (lust) ప్రేమకున్నూ (Love) కున్నూ కావలసినంత భేదమున్నది. పతిని సుఖపెట్టి తాను సుఖింప సమకట్టు; ఇల్లాలు సతి. వాత్సల్యప్రేమకూ సతీ ప్రేమకూ లక్షణమొకటే. సంతానమును సుఖపెట్టి పితరులు తాము సుఖింప జూచునట్లు పతియెడ సతి అనురక్త అవుతుంది. నిసర్గప్రేమస్స్వసుఖాభిలాషి కానేకాదు. ప్రణయభాజనమగు ఇతరవ్యక్తి సుఖమే దానికి పరమాపేక్షణీయము. ప్రేమ అట్టి సుఖమునే కాంక్షించుచుండును.

కామానురాగమం దిట్టి ధర్మదృష్టి కానరాదు. అ దెప్పుడూ ఇతరుల ద్వారా తాను సుఖింప సమకట్టును. ఇంద్రియ లాలస పరితృప్తి నొందగానే కామము చరితార్థమగును. ప్రేమ స్వసుఖనిఒరభిలాషి, పరార్థకాంక్షి; కామము కేవల స్వార్థకాంక్షి, పరసుఖపరాఙ్ముఖి.

ప్రేమ పరార్థపర మవుటచేతనే సతి పతియందు గుణదోషములు పరికింపదు; గుణములగాంచి ప్రేమించువారు దోషములగాంచి ద్వేషింతురు. దోషము లందరియందున్నూ తోచును, కావున రూపగుణనివిష్టమగు అనురాగము స్థిరము కానే కాదు. నిసర్గప్రేమ గుణదోషపక్షపాతి కాదు. తల్లి దండ్రులు తమ సంతానమునందలి గుణదోషములు తడవక వారి నాదరించి ప్రేమించునట్లు సతియు తనపతి యెట్టి వాడైనా వానినే ప్రేమించును. ఇట్టి గుణదోషపక్షపాత రాహిత్యమే సతీప్రేమ కాదర్శము. కనుకనే "పతి యెంత దోషకలితుడైనా సతికి పరమ పూజ్యు" డని మనువు శాసించెను. మనువేకాదు మహాభారతాది ఆర్యగ్రంథము లెల్ల ఇట్లే ఉపదేశిస్తూన్నవి.

కామానురాగము ప్రేమవలె ఉన్నతదశ నొంద జాలదు. అది గుణరూపముల ననుసరించి యుండును, గుణములు దోషమిశ్రితములు కాకయుండవు, రూపము కాలక్రమమున కడచనును,

ఇదిగాక రూపగుణముల తారతమ్య మస్థిరము, నేడు నచ్చిన రూపమూ గుణమూ రేపు నచ్చవు. కావున తత్పాత్రములు కాలవశమున అపాత్రములగును.

మరియు రూపగుణసంపద నొకరి నొకరు మింతురు, కావున కామమునకు కడలేదు.

ఈ మూడు కారణములచేతనూ కామానురాగమెల్లప్పుడూ ఏకపాత్రనిక్షిప్తము కాజాలదు. అతిచంచల మగుటచే దానికి స్థాయీభావ మలవడదు.

ప్రేమకు సహజధర్మము స్థాయీభావము; అది ఏక నిష్ఠము, నిశ్చలము; గుణములు జూచి కూడరాదు, దోషములు గాంచి తొలగిపోదు. అందువల్లనే ఆర్యసతీప్రేమ అత్యంతానురాగపూరితము, స్థిరము, నిశ్చలము, ఏకనిష్ఠము నగును; కామాంధుల అనురాగము కాలానుగుణముగా మారుచుండును.

నిస్స్వార్థమగుటచే నిసర్గప్రేమ ఆకాంక్షారహితమగును. దోషగుణముల నపేక్షింపక, ఇతరుల మూలమున తాము సుఖింపనెంచనట్టి వారికి ఆకాంక్ష యెక్కడిది?

సతీప్రేమ వ్యవసాయము కాదు కావున మారుకోరదు. "నీవు నన్ను ప్రేమించిన, నేను నిన్ను ప్రేమింతు" ననేది కాదు, ఇచ్చిపుచ్చుకోవడ మందుండదు, వినిమయవ్యాపారము కానరాదు. లతలను, వృక్షములను, పశుపక్ష్యాదికమును సోదరభావమున ప్రేమించిన శకుంతల బదులుకోరెనా? పతిప్రేమానుసారము ప్రశంసనీయము, పతి తనయెడ ప్రేమ జూపెనా పత్ని ధన్యయే; కాని పతిప్రేమ నాసించియే పత్ని పతిని ప్రేమింపనెంచితే అది నిసర్గప్రేమ కానేరదు. పరస్పర ప్రేమ సమకూడినదా మణికాంచన సంయోగమయినట్లు, కింశుకమున సౌరభము వెలసినట్లు, చంపకము శూన్యకంటకమయినట్లు, చందనతరువు పుష్పించినట్లు, చెరకు పండినట్లున్నూ రాణించును. ఇట్లు జరుగకున్నా సతి పతిని ప్రేమింపకతీరదు :_

సతీలక్షణము నొకకవి యిట్లు వర్ణించెను :_

*[1] నీవు నన్ను ప్రేమింతు వటంచును, నేను నిన్ను ప్రేమింతునొకో?
నిన్ను వీడి యెన్నను నే నన్యుని, నియమమిద్ది సతి నే నౌటన్

వాత్సల్యప్రేమలాగ దంపతీప్రేమకూడా ని:స్వార్థము కావలెను. పసిపాపలు పెద్దవారై తమ్ము సంరంక్షు రనియా తలిదండ్రులు వారి నాబాల్యము అతిగారాబముతో పెంతురు? వారి కపత్యప్రేమప్రతీక్షయే యుండదు, ఐనా ప్రాణములకన్న నెక్కువగా పిల్లల ప్రేమింతురు. పసితనమందే పరుసకొసంగబడి అత్తవారిల్లు చొచ్చినప్పటినుండీ పతిప్రేమ నపేక్షించుట సతీధర్మము, కాదు.పతి తన్నెప్పుడు ప్రేమించునో, అప్పుడు తా నాతని ప్రేమింపవలయుననీ సతి యెన్నటికి తలపరాదు. పెళ్ళియైనప్పటినుండీ పతిని ఆదరిస్తూ ఆతడే తనకు సర్వమని యెంచి త్రికరణశుద్ధిగా నాతని ప్రేమిస్తూండవలెను. పెళ్ళియాడిన

వానినేప్రేమించుట (Love whom you marry) ఆర్య సతీధర్మముకాని, ప్రేమించినవానిని పెండ్లియాడుట(Marry whom you love) కాదు. సతికి జీవితసర్వస్వము పతియే. అట్లామె భావిస్తే పతియూ ఆమెను ప్రేమించితీరును. అతడున్నూ పెండ్లినాటినుండీ ఆమె తన్ను ప్రేమించునను ప్రతీక్షలేకనే ఆమెయం దనురక్తుడై యుండును. ధర్మ మాచరించునెడ నిద్దరూ సమభాగినులు కనుక సతి "సహధర్మిణి" అనిపించుకొనును. "ధర్మపత్ని", "అర్ధాంగి" అను పదములు సార్థకములగునంత సాంద్రసంబంధము పాశ్చాత్యదంపతులలో గానరాదు. వారి దాంపత్యము చిరకాలికము కావలె ననే నిర్బంధము లేదు; పాశ్చాత్యదాంపత్యసంప్రదాయము ననువర్తించువారియం దట్టిప్రేమయే అవతరించుచుండును.

ఆర్యదాంపత్యప్రేమ వినిమయ విహీనము, ఆకాంక్షా రహితమనియు, కామానురాగ మందుకు విపరీతమనియు చెప్పియుంటిమి. వినిమయప్రతీక్షచేతనే పశుపక్షిగణములో ప్రేమ జనిస్తుంది. కామానురాగము పరముఖాపేక్షి, ఇతరులు మనపై వలపుగొనకున్న మనకామ ముద్దీప్తము కానేరదు. నిసర్గ ప్రేమవలె నది నిరాకాంక్షము కానేరదు. విషయవ్యాపారము సర్వజంతువులకు సామాన్యము కావున దీనిని "పాశవప్రేమ" అందాము.

ప్రేమకు కామానురాగమునకూ మరో తేడా ఉంది. సతి పతిగౌరవ పరిపూర్ణ, వేరొకవ్యక్తియందు సతి చిత్తము ప్రసరింపనోపదు. వ్రజబాలికలకు శ్రీకృష్ణునితో సమగౌరవ భాజనుడు లేనట్లే సతికి పతితుల్యు డుండడు.

తల్లికి సంతానముపై ప్రేమ అత్యధికము, తల్లియూ సంతానమున కమితప్రేమగౌరవభాజనము. కావున నిసర్గప్రేమ మహత్వజ్ఞానపూరితము. అసమానపదస్థులయెడ ప్రేమ జనింపబోదని కొంద రందురు, కాని అది సరికాదు. సేవకుడు ప్రభువును, ప్రభువు సేవకుని ప్రేమించడము లేదా? గురువు శిష్యుని శిష్యుడు గురువుని ప్రేమింపగూడదా? పదవియందలి నిమ్నోన్నతములు

ప్రేమోదయమునకు బాధాకరములు కాజాలవు. ప్రేయసులకు ప్రేమపాత్ర మత్యంతప్రియము, వారికి దానియం దాదరము మెండు. ఒరు లేలాగైనా దాని నధ:కరింపనెంచితే వారు సహింపజాలక ఆవస్తువును పెద్ద జేసి "దీనికి సరియేది?" అని వాదింతురు, అది వారికి కొంగుబంగారము; పరుసవేదివలె ప్రేమ తానునోకినదాని నెల్ల పసిడిగా పరిణమింపజేయును.

కామానురాగము స్వతంత్రవ్యవహర్త; వాస్తవిక నీచోచ్చముల గణించక నీచ ముచ్చమును, ఉచ్చము నీచమును చేయుసామర్థ్యము దానికి కలదు. చిన్నదానిని పెద్దజేయునప్పుడు పెద్దదానిని చిన్నబుచ్చునప్పుడును కామమునకు సంచారీభావము సమకూరును.

ప్రేమకూ కామానురాగమునకూ ఇంకొక తేడా ఉంది. ప్రేమ తనప్రభావముచేత మానవునకు దేవత్వ మాపాదింప, కామానురాగ మాతనియందు పశుత్వమును సంక్రమింపజేయును. ప్రేమ భగవదవతారము కావున ఈదేవాంశమును మానవు డెంత అభివృద్ధినొందిస్తే భగవత్సాన్నిధ్యము నంతవేగముగా చెందగలడు. పిమ్మట సాయుజ్యము సులభ మగును. అట్లుచేయక కామపరతంత్రుడై కాలముపుచ్చు చుండునా, తనప్రకృతిని పశుభావమున పరిణతము చేయుచూ మోక్షమునకు దూరుడగును.

ఆర్యసాహిత్యమున కామము

ఆర్యసాహిత్యమున సతీప్రేమాదర్శము, కామానురాగ స్వభావము నెట్లు చిత్రింపబడెనో సూచించితిమి. ఇంద్రియ లాలసాచిత్రములూ వాటిరీతులూ కూడ ఆ సాహిత్యమున వివరింపబడినవి. పశుత్వకలితములగు పాపరూపములూ కన్నులకుకట్టినట్లు చిత్రింపబడినవి, అందలి మంచిచెడ్డలు మరుగుపడలేదు. ముక్కోటిదేవతల కధినాథుడగు ఇంద్రుడూ శపింపబడెను, ఆతనిపై మరులుగొన్న అహల్యయూ పాపఫల మనుభవించెను. తారాశశాంకుల పాశవకృత్యమునకు తగినశాస్తి అయింది. దేవతలని వారికిమాత్రము పాపకళంకము తప్పిందా?

మహాకార్యముల సాధించునప్పుడు తప్పనిసరి యైనపట్ల కామోదయము కల్పింపబడినది, కాని చెడుతలంపుచే కాదు. మహాత్ము లవతరించుటకూ కామోదయము కావలయునే! అభీష్టసిద్ధి యగునంతవరకు కవి ప్రబలి పిమ్మట అంతరించును.

ఆసక్తియు లాలసయు నుండుచోట్ల పాప ముండితీరును, కాని ఆసక్తి హీనమగు కార్యము పాపపంకిలము కానేరదు. అట్టి కార్యమునకు ఫలముండదు; అది పాపముగానీ పుణ్యముగానీ కానేరద(Non-moral)ని భగవద్గీతలయందు చెప్పబడినది. కేవలస్వభావజనితకార్యములన్నీ దైహికములు. అవి ఆసక్త్యనురాగ సహితము లయినప్పుడే పాపపుణ్యఫల మిచ్చేవి కాగలవు. ఈధర్మసూక్ష్మము మనశాస్త్రములందు పెక్కుతావుల నుదహరింపబడినది. దీనిని దృష్టాంతీకరించుటకే దేవతలయందూ మానవులయందున్నూ కామప్రవృత్తులు కల్పింప బడ్డవి. మహాభారతము గీతలయందలి ధర్మసూక్ష్మములకు విపులవ్యాఖ్యానము. నైసర్గికము, ఆసక్తిశూన్యము, పుణ్య పాపరహితము నగు దైహికకర్మయే వేదవ్యాసునిపుట్టుకకు హేతువు. అట్టిమహనీయుడు పుట్టడముకోసమే ఋషిసత్తముడగు పరాశరునికి మత్స్యగంధిసంపర్కము సంభవించెను, అదీ క్షణికము. ఇట్లే భరతుడు, శకుంతల, కార్తికేయుడును జనించుటకు ధుష్యంతుడు, విశ్వామిత్రుడు, శంకరుడు మొదలగు మహాత్ముల చిత్తములందు కామము క్షణికావిర్భావమొంది నది. ఈధర్మసూక్ష్మమునే పాండురాజు కుంతి కుపదేశించి దేవతాప్రభావమున పాండవుల నావిర్భవింపజేసెను; బలిరాజు అంధుడగు మునిమూలమున అంగ వంగ కళింగాది పుత్త్ర సంచకమును పొందగల్గెను. అంధునకు రూపమునం దాసక్తి యుండుట అసంభవము. ఇప్పు డుదహరించినవన్నీ పాపకలిత మగు కామమున కుదాహరణములు కానేరవు. అవి పాప రహితములు.

ఆర్యసాహిత్యమున గాంధర్వవివాహముచిత్రింపబడుటచే పూర్వకాలమున పడతులు తాముకోరిన వరులను పొందుచుండిరని స్పష్టమగును; అందుచేత

అప్పటిస్త్రీలకు స్వచ్ఛ యుండెననుట తెల్లము కాదా అని అడుగవచ్చును. నిజము - స్వయంవర వివాహములు పూర్వకాలమున లేకపోలేదు. కాని అట్టి యాచారము క్షత్రియజాతులయందే ఉండేది; సాధారణసంఘమున నది యున్నట్లు దృష్టాంతములు కానరావు. రాజకన్యల కట్టి స్వాతంత్ర్య ముండుట నిక్కము. వీరుల కెక్కువ గౌరవ మాపాదింపబడు ఆ కాలమున అది రాజనీతిగా చెలగుచుండెను, ఆ నీతినే ఆంగ్లకవియొక డిట్లు తెల్పెను : _

"None but the brave deserves the fair"
"పొందదగు వీరుడే సుందరాంగులను"

సుందరినొకతెను వరించి స్వయంవరమునకు వచ్చిన రాజుల గుణములు సభలో వర్ణింపబడుచుండును. ఇట్టి వర్ణ నము చేతనేకదా సునంద ఇందుమతిచే అజుని వరింపజేసింది. శివధనుర్భంగము చేయనేరని వీరుడు సీతను, మత్స్యయంత్రమున లక్ష్యభేదము సేయనేరని వీరుడు ద్రౌపదిని పెండ్లియాడుటకు తగరు. సభయందు రూపవీర్యగుణవర్ణన చేసినంత మాత్రాన కార్యసిద్ధి సమకూరెనా? సుందరీరత్నము లభించినవారు ఏ పోరులేక ఆమె నింటికి గొనిపోవ సాధ్య మాయెనా? స్వయంవరమున నామేచే తిరస్కృతి వడసిన వారెల్ల పెళ్లికొడుకుతో పెనుగులాడేటప్పుడు అతడు వారి నందరిని జయింపవలయును, లేకుంటే ఆమె యతనికి దక్కదు. ఈగెల్పు అసాధారణకార్యము.

స్వయంవరమున జయము పొందినవారి గుణములను వర్ణించుటేకాక ఓడినవారి మొగము లెట్లు చిన్నవోవు చుండెనో, వా రెట్లు లజ్జాభిభూతులగుచుండిరో, అదికూడా ఆర్యకవులు వర్ణించుచుండిరి. స్వయంవరముల యందు వివాహమే ముఖ్యవిషయముకాదు, వీరత్వముకూడా పరీక్షింపబడుచుండెను. కావున అవి పరాక్రమనికషపాషాణములని యెంచదగును. ఈవర్ణనములు చదువువారి చిత్తములు అందలి వీరరౌద్రరసములచే నాకర్షింపడును, కాని ఇంద్రియ లాలసయు, కామానురాగమును వారి కనుభూతములు కావు.

ఆర్యకవులు కామానురాగమునకును నిసర్గప్రేమకును గల తారతమ్యమును నిర్ణయించి మొదటిదానియందలి మచ్చను రెండవదానియందలి మెచ్చును విపులముగా వర్ణించిరి. కామమున కెట్టి సందర్భములందు పాపము సోకునో ఎట్టియెడ సోకకుండునో వారు చక్కగా తెలియపరచిరి. సూక్ష్మదృష్టికలవారు కావున ధర్మసూక్ష్మమును స్పష్టముగా నిరూపింపగల్గిరి. ఇట్టి నిరూపణమును వారు చేయగడంగినప్పుడు పలురకముల కామానురాగమును రచనచేయవలసి వచ్చెను. పాపకలితమగు దానిని కళంకయుతముగనే వర్ణించిరి. ఇట్టి చిత్రరచనచేత సాహిత్య గౌరవము తగ్గకుండా ఇతరరస సమ్మేళన మొనర్చి తన్మూలమున గౌరవ మినుమడించిరి.

సఖ్యప్రేమ

ఆర్యసాహిత్యమందలి ధార్మికదంపతీప్రేమ పాశ్చాత్యసాహిత్యమున దుర్లభము. అం దింకొకవిధమైన ప్రేమ చిత్రింపబడియున్నది. ఇద్దరు మిత్రులకు, ఇద్దరు సఖులకు ఇద్దరు సమానుల కన్యోన్యమూ ప్రబలు ఈమధురప్రేమను సఖ్యప్రేమ అనదగును. ఇదీ మెచ్చదగినదే. ఆర్యసతులయం దిట్టిప్రేమా లేక పోలేదు. సతికి పతియు, పతికి సతియు పరమ సఖులు, కావున వారిరువురూ ఆప్రేమయందు నిమగ్నులగుదురు. వా రన్యోన్యాదరపాత్రములై మధురాలాపములతోనూ, ప్రణయచేష్టలతోనూ, కాలము వెళ్ళబుస్తూ, ఒకరి వృత్తము నొక రనుమోదిస్తూ ఉందురు. ఇందు సతీపరతంత్రత పతిదేవత్వమును మిళితము కావడముచేత వీటిసాంగత్య మున సఖ్యప్రేమయందలి సౌందర్య మినుమడించును; వీటికితోడు భక్తి ఉదయించుటచేత ఆప్రేమ పరమపవిత్రమగును. సఖ్యభావమున మాధుర్యమూ, భక్తిభావమున పవిత్రతయూ, మేళవించుటచేతనే ఆర్యనారులు కమనీయశీల లగుచున్నారు. శుశ్రూష సల్పునెడ పతి దైవమును, సల్లాపము సల్పునెడ సఖుడు నగును. ఆర్యనారిగౌరవము గరుపమును సత్యవలంబనమున

ప్రభవించు లక్షణములు. మానినియగు భార్యకన్న భర్త కెక్కు డాదరపాత్రమగు పదార్థము లేదు.

సతి కుపిత అయ్యెనా ఏలాగైనా ఆమె నూరడించడము పతికి విధ్యుక్తధర్మము. అందుచేతనే రాజప్రసాదముల యందు రాణుల కోపగృహములు ప్రత్యేకముగా నిర్మింప బడుచుండెను. రాణి అలిగినచో రాజ్యమిచ్చియైన ఆమె ననునయించుట రాజధర్మము కావడముచేత కైకకోపోపశమమునకై దశరథుడు ప్రాణాధికుడు సర్వజనాభిరాముడునగు శ్రీరాముని ఘోరాటవుల కంపెను. దురపిల్లు వై దేహిని సమాశ్వసింప శ్రీరాము డంత:పురమునకు చనెననియు, పిమ్మట చిత్రదర్శనముననూ మధురాలాపములచేతనూ ఆమె దు:ఖ మపనయించి వెనుకటి దాంపత్యసుఖమును జ్ఞప్తికిదెచ్చి సుఖానుభూతి సమకూర్చెనని ఉత్తరరామచరితమందు కనబడుతూన్నది. లంకావిజయానంతరము కుబేరపుష్పకముపై అయోధ్యకు పోవుచూ శ్రీరాముడు సరస సల్లాపములచేతను తన కీర్తిపరిచయముచేతను సీతహృదయమున కానందము గూర్ప యత్నించిన రీతిని కాళిదాసు రఘువంశమున అతి మనోహరముగ వర్ణించెను (పదమూడవసర్గ.) దాంపత్యప్రేమ సఖ్యభావమాధుర్యమిళితమైనచో తత్సుఖ మపూర్వమై నిర్వర్ణనీయమగును. ఆసుఖమును ఆనందమును జూరగొను నాసతో భక్తురాలు భగవంతుని సమ్మానపూర్వకముగ అర్చించునట్లు సీత భర్త నారాధింప నుద్యుక్తురాలగును. దారుణములగు ప్రతిజ్ఞావాగురుల దశరథు బడద్రోసి రూక్ష వచనముల నాతని అలయించిన కైక తత్పూర్వము దేవకార్య నిర్వహణమున ఆతనికి సాయమొనర్చి ప్రసన్నునిచేసుకొని ఆతనికృపచే రెండువరముల గడించింది. శ్రీకృష్ణుడు రాధ పాదముబట్టి అలకదీర్ప ఆతడు సాక్షాద్భగవంతుడని ఆమె పూజించును. భక్తిసమ్మిశ్రితమగు సఖ్యప్రేమమూలమున దాంపత్యసుఖ మనుభవించు యోగ్యత భారతరమణుల కబ్బెను. కావున తచ్చిత్ర మార్యసాహిత్యమున కల్పింపబడి దానికి వన్నె

తెచ్చింది. ఈ యాదర్శసౌందర్యమున స్వర్గమందలి పవిత్రత నందనవనమందలి శోభ, మధుమాసమందలి మాధుర్యమును వెలయుచున్నవి.

పాశ్చాత్యప్రేమ స్వభావము

పాశ్చాత్య సాహిత్యమందలి ప్రేమ యెట్టిది? అది కేవల సఖ్యప్రేమయే. అం దార్యసతీప్రేమయందలి భక్తి, నిస్స్వార్థము, ఏకనిష్ఠ, ఆకాంక్షారాహిత్యము, గౌరవస్ఫూర్తియు కానరావు; ప్రేమాలాపము, మాధురి, దర్పము, స్వాభిమానము మాత్రమే ఉండును. ఎన్నియున్నా భక్తిమయైకనిష్ఠ, పుణ్యప్రతిచ్ఛవియు లేనందున ఆప్రేమ పవిత్రము దివ్యమునూ కాజాలదు. అందు మానవప్రకృతియందలి మాధురి ఉందిగాని దివ్యప్రకృతియందలి సౌందర్యము లేదు. మాధుర్యమునకూ ఆనందమునకూ తోడు నిర్మలశోభా వికాసము లేకున్న ప్రేమకు సర్వాంగసౌందర్య మలవడదు.

పాశ్చాత్యసాహిత్యమందలి ప్రేమసౌందర్యము ప్రాయికముగా ఇంద్రియలాలసావిలాసక్షేత్రమున ప్రస్ఫుటితమగుచుండును. ఆక్షేత్రములే దేశదేశములందు కళంకబీజముల నాటుచున్నవి. నిసర్గప్రేమసవంతి కామాసక్తి అను పంకముచే కలుషితముకాగా అంత:శత్రువిరోధము దాని గమనమును మందగించి పెక్కుచోటుల సరికట్టుచుండుటచేత షడ్రిపు ప్రభుత్వమే సర్వత్ర సాగుచున్నది. మానవులయందు పాశవ ప్రవృత్తి మితిమీరితే వారియందలి మానవత్వమునే కాక దేవత్వమును కూడా నశింపచేయును.

ఆర్యసాహిత్యమందలి సీతవంటి సతీమణిని పాశ్చాత్య సాహిత్యమున గాంచనగునా? హోమరు రచితయగు హెలెన్ సీతకు ప్రతియోగిని (సాటి)గా చేయవచ్చును, కాని అట్లెంచుట స్వర్గమునకు నరకమును సాటితెచ్చుటే! ఇక షేక్స్పియరుసృష్టిని తిలకించితిమా, మనము వెదకపోవు ప్రేమ మందునకైన కానరాదు. రోమియో మొదట రోసలీన నునామెను చూచి, మోహపరవశుడై, నిద్రాహారములుమాని చిత్తశాంతి శిథిలముకాగా, వేడి నిట్టూర్పులతో

వేడికన్నీరోడ్చుచూ ఉండగా, జూలియట్ ఆతని దృష్టిపథమున బడెను. అంతట నాతనిలక్ష్యమూ అవస్థయూ ఒక్కరాత్రిలో మారెను. పిమ్మట జూలియటుపై మరులుకొని వికలచిత్తుడై, ఆమెయింటిచుట్టూ తిరుగుతూ పొంచిపొంచి కిటికీదగ్గరకు బోవును. డెమెట్రియస్ హెర్మియాను చూచి యిట్లే చిత్తవైకల్యమునొంద, అంతవరకూ ఆతనిహృదయమున నెలకొన్న హెలెనా అపసరిల్లింది. ఇట్టిప్రేమ పాశ్చాత్యులకు చెల్లునే కాని మనకు చెల్లదు. దీనిని మనము ప్రేమగా గణించక "లాలస" అందుము.

వాల్మీకి ధర్మవీరుని చిత్రింపనెంచి శ్రీరాముని పాత్రమును నిర్మించి మానవుల ముగ్ధుల నొనర్చెను. పిమ్మట అందుకు ప్రతిగా ఇంద్రియపరాయణుడగు రావణుని పాత్రమును సృజించెను. ధర్మవీర్యవివశీకృతులై అందరూ రావణుని గర్హింతురు. అదేరీతిని మొదట పవిత్రము సుందరమునగు సీతపాత్రమును నిర్మింప, తచ్చిత్రముగ్ధులై అందరునూ ఇంద్రియపరాయణ, కామమోహిత, లజ్జాహీనయునగు శూర్పణఖను చూచి గర్హించి, ఆమె ముక్కు చెవులు లక్ష్మణుడు కోయునప్పుడు ఆపని మెచ్చి అతని ప్రశంసింతురు. ఆర్య సాహిత్యమందలి చిత్రము లిట్టివి.

షేక్స్పియరు నాటకరచనయందలి పరిణామ మిట్లుండదు. వాటియందు మొట్టమొదటనే దుర్దమాంత:శత్రుచిత్ర ములు కానవచ్చును, - రావణునిబోలు మత్తమాతంగములు, స్వర్ణప్రసువగు లంకాద్వీపము, ఇంద్రభోగమును, మానసముల నాకర్షింప, వాటి మహత్వప్రకాశమున కన్నులు మూతపడును. క్లియొపేట్రారూపము జగన్మోహనము, మేక్ బెత్ రాణిని దలచినతోడనే లోభప్రబోధమగును; ఇయాగోచాతురి మానసమును భ్రాన్వడజేయును; ఇట్టిపాత్రములు చిత్తమున జొత్తిల్లి తత్ప్రతిబింబములం దచ్చుపడిన వెన్క సంయోగాంతములందలి పాత్రములకు సందేది? సర్వసామాన్యములగుటచే వాటియందు తారతమ్యము కన్పట్టదు. షేక్స్పియరు కల్పనాప్రపంచమున ఈ రెండువిధముల పాత్రములే కనబడును. - అదంతయు షడ్రిపుసంక్షుభితమగు

మానవప్రకృతి. విషయాభిభూతములగు పాత్రములయం దాసక్తులగు వారి చిత్తములకు తద్విరుద్ధ స్వభావపాత్రములు రుచించునా? పాత్రగణనాప్రసంగమున వియోగాంతముల నాయికానాయకులు అగ్రస్థానము నలంకరింతురు, వారివెన్క వియోగ సంయోగాంత (Tragi - Comedy)ముల పాత్రములు, ఆవెన్క సంయోగాంతపాత్రములును మెప్పు వడయుచుండును.

అంతశ్శత్రుప్రాబల్యము, ఇంద్రియ లాలసాప్రాధాన్యము అంతటా వెలయుచున్నా, కొన్నిచోటుల నది తగ్గును. రోమియోజూలియటుల బోలు సాంఘాతికరిపూచ్ఛ్వాసము సంయోగాంతములం దుండక తద్బలము క్షీణించియున్నా యౌవనోన్మాదము, అధీరత, లాలసా వేగమున్నూ ఉండి తీరును. బెనిడిక్ మానసకాసారమున ప్రేమతరంగము లుత్పన్నములైనతోడనే జనించిన అధీరత ఏమని చెప్పను? అతడు బియాట్రిస్‌కన్న ఎక్కుడు పిరికివాడగును. యువానురాగోన్మత్తయై రోసలిం డార్లెండోను చూడక క్షణమేని నిల్వలేకుండెను. సంయోగాంతములందు ప్రేమచిత్రములు, యౌవనోన్మాదేంద్రియ లాలసా కళంకితమూర్తులును కలవు, గాని, అవి ప్రేమచిత్రములలో లేక లాలసాచిత్రములలో నిర్ణయింప నలవికాదు. మదోద్రేకమున నాయికానాయకులు సాంఘికవ్యవస్థలను, కుటుంబనీతిబంధములను, తెంచుకొని యధేచ్ఛముగా వ్యవహరింతురు. డెస్‌డెమొనా యవ్వనమదమున విజాతీయుని, విమతస్థుని వరించి రహస్యముగా నింటినుండి లేచిపోయి, నిండోలగమున సిగ్గువీడి తనవృత్తాంతము ప్రకటించి, తన్నే లోకమనియెంచు తండ్రిగుండెలు పగులగొట్టి, ఆతని పరలోక ప్రాప్తికి హేతుభూతురా లయింది. జూలియట్ ఇమోజెన్లు కూడా పితురాజ్ఞోల్లంఘన మొనర్చినవారే. హెర్మియా లైసాండరుతో లేచిపోయి, అడవిపట్టి, తన్మూలమున పిత్రాజ్ఞకే కాక రాజనియమములకునూ వెలియైనది.

ప్రణయాలాపములు యువకుల కత్యంతప్రియము లనుటకు సందేహములేదు. ఆంగ్లనాటకములం దిట్టి వనేకము లున్నవి; వాటియందెల్ల యౌవనోన్మాదమే కాన్పించును. ఉన్మత్తులకు నియమోల్లంఘనము పరిపాటియ కదా! వారు

నైతికశాసనములు లెక్కసేయరు, పాపమునకు
వెరవరు. దుర్దాంతప్రేమావిలమానస అగుటచేతనే కదా జెసికా నిర్ధనుడగు
జనకునికంట దుమ్ముజల్లి, బెల్మాంటునందలి లారెన్స్ దగ్గరకు పరుగెత్తిపోయినది!
ఇట్టిపనులు యూరపునందు సర్వసాధారణముగా జరుగుచుండుటచేత
షేక్స్పియరు వీటిని తననాటకములందు తరుచుగా వాడెను. హోమరు
మహాకావ్యమందును హెలెన్ పారిసుతో లేచిపోయెను. ఇట్టి పాప చిత్రములను
నవయువకులగు మనవిద్యార్థులఎదుట సతతము నిలువనిచ్చిన
వారిభావములు దూష్యములుకావా? ఇక శృంగారరసపూరితములగు
నవలలమాట వేరె చెప్పనేల? యూరోపీయ సంఘధర్మముల ననుసరించిన
షేక్స్పియరు నాటకములయం దిట్టిపాపచిత్రములకు కొదవ యుండునా?

ఆజనసంఘములందు ఆదర్శప్రేమ నిర్దిష్టములగు నాటకములు లేకపోలేదు, కాని
ప్రేమసౌందర్యమును వివరించునవి మాత్రము చాలాతక్కువ. ఆంగ్లకావ్యములు,
నాటకములు నవలలు మొదలగు వాటియం దీలోపము సర్వసాధారణముగా
కనబడుచుండునే, వాటివలన మానవప్రకృతి ఉజ్వలితమగునా? పాశ్చాత్య
నాటకకవిసార్వభౌముని నాటకములయందు అచ్చటి ప్రజల రీతినీతులు
యథార్థరూపమున చిత్రింపబడి యుండుట చేత అవి వారి కాదర్శములైనవి.
రూపగుణమోహమువలన ఉత్పన్నమగు అనురాగము యౌవనమున నెట్లు
దుర్దాంతమగునో కనవలెనన్న పాశ్చాత్యసాహిత్యము పఠించ
వలయును. శకుంతలా దుష్యంతుల అనురాగము రూపజ మనవచ్చును, కాని
ప్రత్యాఖ్యానము చేసేటప్పుడు రాజు ఉత్కృష్టమగు ఆత్మసంయమన మగపరచి
పాశవప్రకృతి నణగదొక్కెను. అతని మనస్సులోని శకుంతలరూపానురాగము
బయట పడకుండ కవి లజ్జయను తెర మరుగుజేసి మాధుర్యము చేకూర్చెను.
ఇట్టి మాధుర్యము పాశ్చాత్యప్రేమయందు కానరాదు. లజ్జ కేవల మాధుర్యమును
కూర్చుటేకాక అనురాగమందలి పాపకళంకమును పరిమార్జించెను.
రూపానురాగము విధివిపరీతమై క్రోధాదులయందు పరిణతమయితే

పాపసంకులమగును. శకుంతలానురాగము ప్రబలాసక్తిగా పరిణమించక పూర్వమే దుష్యంతు డామెను పెండ్లియాడి తదనురాగము విధ్యనుకూలమగున ట్లొనరించెను. గాంధర్వ వివాహము క్షత్రియుల కుచితమే కావున పాపము దూరమాయెను.

ప్రాచ్య పాశ్చాత్య ప్రేమ చిత్రణము

అభిజ్ఞానశాకుంతల మారంభించునపుడే అపూర్వమగు ప్రేమచిత్రము ప్రాదుర్భవించును. శకుంతల ఆశ్రమతరులతాదులయెడ సోదరభావమూని, వాటి కుపచారము చేస్తూ, సఖులతో నిస్సంకోచముగా ప్రణయసల్లాపము సల్పుతూండును. వారు ముగ్గురూ సహకారమునకూ మాధవీలతకును పెళ్లిజేసి క్రీడాకౌతుకము కావించుకొనుచుండ, దుష్యంతుడు ప్రవేశించును. అతనిమ్రోలనున్న శకుంతల లజ్జాభరము మౌనమును ప్రకృతిసంగతముగా వర్ణింపబడినవి, యూరోపీయ సతులయందలి దిట్టతనము, ఆగడము, వాచాలత కానరావు. నిర్లజ్జాకలితప్రౌఢ యైనచో రాజుప్రేమకు పాత్రము కాకపోవును. భావవ్యంజకనీరవత ప్రౌఢల కుండునా? యువతులకు లజ్జ మౌనమూ భూషణములు. క్రెసిడాయందలి ఛలము, ప్రేమ ప్రకాశకవాక్యసరణి, క్రియాకలాపము, జూలియట్, ఇమోజెన్, హెలెన్ హెర్మియాల ధృష్టవ్యాపారములును ఆర్యయువతుల మితభాషిత్వముకు సాటిరావు. కులాంగనలయందు ధృష్టత అసంగతము అసంభవమని ఆర్యులసిద్ధాంతము. ప్రేమ నంగడినమ్ము పాశ్చాత్యులయం దిట్టివి చెల్లును. ప్రేమభిక్షా ప్రార్థనము (Court-ship) వారిలో సదాచారము, దీముమాట లాడియూ మక్కువసేతల చేసియూ మరులుకొల్పి కాంతల కరగతల చేయుటయే దీని ముఖ్యోద్దేశము. ఆర్లెండో రోసలిండు నెడ అవలంబించిన దీ ప్రక్రియయే; దీనిని పతిపత్నులపేట యననొప్పు. వనితలను వలలో వేసుకొన దలచినవారు మనసులోనున్న దానికన్న నెక్కుడుప్రేమ నటింపవలయును. *[2] ఇది ప్రేమవిడంబన మగునుగాని

నిజమైన ప్రేమకాదు. ప్రేయసుల ప్రసంగము విన్నవారికీ చదివినవారికిన్నీ హాస్యాస్పదముగా నుండును. మురిపెంపుమత్తు ముగియువరకూ ప్రణయవచన ప్రవాహము పారుచునే యుండును. ఇట్టి మధురప్రసంగమున మౌఖికప్రేమ యెంతో హార్దిక మెంతయో నిర్ణయించుట సులభసాధ్యము కాదు. ఇంకొక చిత్రము - ఒక కాంతను చూచినవెనుక జనించిన మోహసాగరము ఇంకొకకాంతను చూచినతోడనే ఎండిపోవును; ప్రేమాంధులకు యుక్తాయుక్త వివేచనము శూన్యమనుట అందరూ ఎరిగినదే. అర్థ వివేచనము చేసి పాత్రాపాత్రనిర్ణయమొనర్చి వివాహమొనర్పవలెనన్న యౌవనము తగిన యదను కాదని ఒప్పుకొనక తీరదు, ఏలయన రిపుషట్కప్రలోభనము రూపమదమున్నూ మితిమీరి చెలరేగు కాలమిది. ఇప్పటి ఎన్నిక లోనిగొంగలమోసము. షేక్స్‌పియ రీవిషయమునే యోగి (Friar) చే రోమియో కిట్లు చెప్పించెను.

అంతమక్కువ వలచితి వింతలోనె, రోజలీనును వీడితే? రోతవడితొ?

యువకులకు ప్రేమ కన్ను లందుండుఁగాని, హృదయమందున నుండబో దిదినిజంబు*[3]

హెర్మియావివాహము చేయనెంచి ఆమెతండ్రి డెమెట్రియసును వరునిగా నిశ్చయించగా ఆమె లైసాండరును వరించినది, వారిట్లు ప్రసంగింతురు : _

హెర్మి - **[4] అయ్యయో! నాదు జనకుండు నరయడాయె నాదు కన్నుల (యోగ్యుఔనాధుడెవడొ)

తీసి - (అంధవీవేది గన నీకు నక్షియుగము?) నాదు బుద్ధిని గొని నీదు నాధునేర్చు.

వివేచనలేనప్పుడును లోనిపగతురు ప్రబలునప్పుడున్నూ తలిదండ్రుల యెన్నికకు తనయలు సహమతులగుట ఉచితమని షేక్స్‌పియర్ ఒప్పుకొన్నట్లే. అందుననే ఆర్యజాతుల యందు వధూవరుల నిర్ణయించుభారము జననీజనకులో,

లేక సువిజ్ఞులైన అభిభావుకులో వహించుట అనాదినుండియు నా చారమై యున్నది. యువకులు వివాహభారమును తమ నెత్తుల కెత్తుకొనకుంటే ప్రణయాఖేటనాచారమునకు అవసర ముండదు. ప్రేమ క్రయవిక్రయసామగ్రి కానేరదు. అప్పుడు స్త్రీలకు లజ్జయే నిసర్గభూషణ మయి వారు జాతికీ సంఘమునకూ ఖ్యాతి తెచ్చెదరు. ఇట్టిశీలమే శకుంతలకు కల్పింప బడినది.

శకుంతల - మిరాండా

నాగరికప్రపంచముతో నెట్టిసంసర్గమూ లేక నిర్జనమగు ఋష్యాశ్రమమున శకుంతల పెరిగినట్లే, మిరాండాకూడా జనశూన్యారణ్యమున జనకునిచే పోషింపబడెను. శకుంతలహృదయమున ప్రేమోద్రేక ముదయించు ప్రాయమున దుష్యంతు డామెకంట బడెను. ఆమెకప్పు డుదయించిన ముగ్ధత్వము లజ్జనుగూర్చి ముచ్చటించితిమి. మిరాండా తండ్రినితప్ప ఇతరులనుచూడనేలేదు; కాని ఫెర్డినెండ్ ఆమెకంట బడడముతోనే ప్రౌఢనాయకివలె మాటలాడుటకు మొదలుపెట్టింది! శకుంతలను చూచిందిమొదలు రాజే భోగట్టాఅంతా కనుక్కొని వివాహప్రసంగము చేసెనుగాని ఆమె ఆసంగతి యెత్తనేలేదు.

ఇక మిరాండా వృత్తమును పరికించండి : _

- [5]మిరా - నాపై నీకు ప్రేమ ఉన్నదా ? ఫెర్డి - అఖిల దేవతలు పృథ్వియు సాక్షులుగా శపథ మొనర్చి చెప్పుతూన్నాను. నేను నిన్ను ప్రేమించుటే కాదు, కులీనవలె సమ్మానింతును, గౌరవింతును.

మిరా - నవ్వు రాదగినచోట నా కేడ్పు వస్తూన్నదే!

ఫెర్డి - కారణ మేమి?

మిరా - నాహీనత దీనతయు తలంచి ఏడ్చు చున్నాను. నే నీయదలచినదానిని ఇవ్వజాలను. (నీవు స్వీకరింతువనే ఆశ లేదు) నాకేది లభించకున్న నేను జీవించనో దానిని నీ విచ్చెదవో లేదో? (ఇచ్చెదవనే ఆశ లేదు) అందుకే

ఏడుపు వస్తూన్నది. ఇది స్వల్పవిషయము. నేను దేనిని మరుగుజేయ యత్నిస్తున్నానో అది బయటి కుబుకుచున్నది. లజ్జ వగలారా, నన్ను వీడి పొండు. ఆర్జనమా! అమాయికత్వమా! నాకు బాసటై నిలవండి. నీవు నన్ను పెండ్లియాడెద వేని నీకు పత్నినై మెలంగెదను, లేకున్న నీకు దాసినై మనియెదను. నన్ను పెళ్ళియాడెదవో లేదో నీచిత్తము, నీకు దాసి నగుటకు నీ వొప్పుకొన్నా మానినా నేను మానను.

ఫెర్డి - నీవు నాకు ప్రాణములకన్న ప్రియతరవు, నేను నీదాసుడను.

మిరా - నాకు భర్త వగుదువా ?

ఫెర్డి - మనస్పూర్తిగా-ఇదే బాసచేస్తున్నాను.

మిరా - ఇదే నీ దాసు రాలను.

చాతురీభరితములగు నిట్టిమక్కువమాటలు మిరాండా ఎక్కడ నేర్చుకొంది? అంతకుపూర్వము పురుషులనే కాంచ లేదు, మూడేళ్ళవయస్సున నిర్జనద్వీపమున నిర్వాసితురాలయి పండ్రెండేళ్ళు తండ్రినిగాక ఇతరుల నెరుగదు. ఘోరాట విని గ్రుమ్మరునామె కిట్టి వాగ్రచనాచాతురి ఎలాగబ్బింది? శకుంతలకు ఇతరజన సాంగత్యమైనా కద్దు - ఋషికుమారు లుండిరి, కణ్వునిజూడ పలువురు వస్తూ పోతూ ఉండిరి; ఆమె నోట నిట్టి చతురవాక్యములు రాలేదు! పెండ్లిమాట నెత్తుటకైనా ఆమెకు సాహసము లేకపోగా, దుష్యంతుడే ఆప్రస్తావముపక్రమించెను; అప్పటికీ ఆమె ఇట్టికౌశలమున ఆత్మోన్మీలన మొనర్పలేక తూష్టీంభావమున తలవంచి నిలువబడినది. మానవప్రకృతి అంతటా ఒకతీరుననే ఉండునుకదా, సంఘ సంసర్గమే లేని మీరాండా నాగరక ప్రౌఢభావము తనకు నిసర్గముగ నావిర్భవించినట్లు వ్యహరించె ననుట వింతకాదా? జులియట్, రోసలిండ్, బియాట్రిస్, ఇమోజెన్, డెస్‌డెమొనా మొదలగు నాగరికప్రౌఢల మనోభావములు మిరాండాకు సహజములగునట్లు కవి సృష్టించెను. శకుంతలయందలి సారళ్యము, వ్రీడ, నిసర్గయువతీప్రేమయు పాశ్చాత్య యువతీ సంఘమును గాలించి వెదకినా

గానరావు; అట్టికల్పన పాశ్చాత్యులకు అసలే స్ఫురించదు, ఏకవేళ స్ఫురించినా వారిప్రకృతి ప్రతిరూపము కానందున వా రట్టిరచన చేయనే చేయరు. మానవప్రకృతియందలి ఆ మెచ్చు ఆర్యసాహిత్యమునకే తగును.

మీరాండాసరళతయందు సాహసము మిళితమయినందున లజ్జయెట్టిదో శమమెట్టిదో ఆమె యెరుగక పోవడముచేత మనసులోని మాటలు వెలిపుచ్చెను. మనోభావములను మాటలతో నెరిగించుటయే సరళత యైనచో ఫెర్డినెండుతోడి ప్రణయసల్లాపమున మిరాండా సరళస్వభావ అనకతీరదు. హృదయోద్వేగమున వెడలు మాటలు అకృత్రిమములు సరళము లనుటకు సందేహములేదు. మిరాండావ్యవహారము స్వాభావికమని ఒప్పుకొన్నా, అది యెంతవరకు సంభవమో పరీక్షించవలెను. ఆమెనోట వెడలు చతురవాక్సరణి, వివాహ కాతరత, ప్రౌఢభావములూ మానవసంఘమునకు వెలియైన మానినిమానసమున నెట్లుదయించగలవో తెలియదు; అట్టి చాతుర్య మామెకు శోభాదాయకమూ కాదు. యువజన సులభములగు హృదయావేగము ఇంద్రియాలాలసయు, ఆ సల్లాపమున ప్రకటితము లైనవి. మిరాండాఫెర్డినెండుల కిద్దరికీ వివాహోత్సుకత సమానమే, కాని అతనికన్న ముందు ఆమె తనకోర్కె వెలిపుచ్చినది. ఈ విషయమున శూర్పణఖకూ ఆమెకూ భేదమేమి? ఆంగ్లకవిసార్వభౌముని రచన యందు యౌవనోన్మాదమునకు ఉత్సుకతకున్నూ మిరాండా పాత్రము ఉత్తమోదాహరణము.

కవిరచితమైన ఆదర్శ సృష్టి

కామక్రోధలోభ మోహహింసాద్వేష ప్రభృతులగు ఆసురిక పాశవ ప్రకృతుల అలౌకికచిత్రములను షేక్స్పియరు రచించినట్లే, ప్రేమదయాదాక్షిణ్యక్షమా ప్రభృతులగు ధర్మ ప్రవృత్తుల ఉత్కర్షను ఆర్యకవులు రచించిరి. ప్రపంచమున నిట్టి ఉదాహరణములు అరుదుగా లభించును. మేక్బెత్ రాణివలెనే సీతాసావిత్రిలూ దృశ్యప్రపంచమున దుర్లభ వ్యక్తులు, కావ్యప్రపంచముననే వారిని గాంచవచ్చును.

కల్పనా రాజ్యమున ఆదర్శసృష్టిచేసి మానవోత్కర్షను కవి చూపును. ఇట్టి సృష్టిచేయుటే కావ్యరచనకు ముఖ్యోద్దేశము. అనుదినమూ చూస్తూన్న విషయములను చిత్రించుటకు కవి సృష్టి కావలయునా? ముంజేతికంకణమ్మున కద్దమేల? కనబడే దానికన్న ఘనతరమగుదానినే కవి కల్పిస్తూ ఉండును. అది మానవహృదయముల నాకర్షించి వాటిని శుద్ధిచేసి తత్ప్రవృత్తుల సత్పథమున వర్తిల్లజేయును. వీటినే ఆదర్శము లందుము. సీతా సావిత్రీ పాత్రము లిట్టివే.

అంతశ్శత్రుప్రాబల్య మతిశయిస్తే వర్ణాశ్రమధర్మ బంధములు తెంచకతీరదు, అంతతోగాని అది చరితార్థము కాదు. ఇందుకు డెస్‌డెమొనా జూలియట్ పాత్రములే తార్కాణములు. సంసారబంధములు, రాజ సంఘ శాసనములు మొదలగువాటిని ఉల్లంఘించకుండా ప్రేమ యెంతవరకూ స్పందించునో, అట్టి ప్రేమయందు నైతికసౌందర్య మెట్లు నెలకొనునో ఆర్యకవులు నిదర్శనములతో చూపిరి. కామక్రోధాదులు సర్వజంతుసామాన్యములు, అవి మితిమీర విజృంభింపకుండా చేయుటయే మానుషము, ఆర్యసాహిత్యమున నెల్లెడ నిట్టిమానవపాత్రరచనయే కాన్పించును.

1. * ప్రేమ్ తుమ్‌హారే కర్నేహీసే మై భీ కహో కరూంగీ ప్రేమ్? యుమ్‌హీ ఛోడ్క-ర్ ఔర్ న జానూం యహీ హై మేరా నేమ్.

2. * Ferd - Full many a day I have eyed with best regard, and many a time The harmony of their tongues hath into bondage Brought my too diligent ear; for several virtues Have I liked several woman; never any With so full soul, but some defect in her Did quarrel with the noblest grace she owed, And put it to the foil: but you, O you, So perfect, and so peerless, are created Of every creature's best. (The Tempest Act III)

- పలువురు బోలతుల బాగుగనే నారసినవాడ, నావాడివినికి వారి మాటతేనియ పెక్కుమార్లు దాసింజేసి; నానావిధస్త్రీల కేను వివిధ గుణములబట్టి మక్కువపడినాడను; గాని యెవ్వతెకైన గల్గినట్టి

చెలువుతో జగడముచేసి దానిన్‌బాడుచేయులోపం బెద్దియూ

యొనరెడు గనుక నామనసార నేకల్కినైన నేను మోహించ లే

దెన్నడైనగాని; నీవెపరిపూర్ణురాలవునిరుపమముగ,

సలుపబడితివెల్లరి! మెఱుగులమొనపయి ఆ|| నా || దా||

3. * Is Rosaline, whom thou didst love so dear, So soon forsaken ? Young men's love then lies Not truly in their hearts, but in their eyes. (Romeo and Jiuliet Act III)
4. ** Herm - I would my father look'd but with my eyes. Thseus - Rather your eyes must with his Judgment look. (Mid-Nig-Dream)
5. * Mir - Do you love me? Fer - O heaven! O Earth bear witness to this sound, Beyond all limit of what else in the world, I Do love, prize, honor you. Mir - I am a fool To weep at what I am glad of. Fer - wherefore weep you ? Mir - At mine unworthiness. that dare not offer What I desire to give; and much less take What I shall die to want, But this is trifling; And all the more it seeks to hide itself The bigger bulk it shows - Hence, bashful cunning! And prompt me, plain and holy innocence! I am your wife, if you will marry me; If not, I'll die your maid: to be your fellow You may deny me, but I'll be your servant Whether you will or no. Fer - My mistress, dearest; And I thus humble ever. Mir - My husband, then ? Fer - Ay, here is my hand. Mir - And mine, with my heart in it. (Tempest Act III)

ఐదో ప్రకరణము

సాహిత్యమున మానవప్రేమ

మనుష్యత్వ నిర్వచనము

ఆర్యసాహిత్యమందలి ప్రేమాదర్శమున దేవత్వమూ పాశ్చాత్యసాహిత్యమందలి ప్రేమాదర్శమున పశుత్వమూ ఎట్లు రచింపబడినవో తెల్పితిమి. పాశవప్రవృత్తులకును దేవ ప్రవృత్తులకును మానవప్రకృతియే లీలాభూమి. మనుజులందు దేవత్వము విజృంభించినకొద్దీ పశుత్వ మంతరిస్తూండును. సూర్యోదయము కాగానే అంధకారము నశించునట్లు పుణ్యోదయ మయినతోడనే పాపము నశించును. యూరోపీయ సాహిత్యము పాశవప్రవృత్తి నడచుమార్గములను మాత్రమే బోధించును, మన సాహిత్యమువలె దేవప్రవృత్తి నుత్తేజిత మొనర్చు శక్తి దానికిలేదు.

ఆర్యసాహిత్యమున పాశవప్రవృత్తిదమనమునకు రెం డుపాయములు సూచింపబడినవి : _ పాపమందలి భీషణపరిణామముల పరికించి దానివిడనాడుట మొదటిది, పుణ్యస్ఫూర్తి సంపాదించి పాపమునకు దూరగులగుట రెండోది; ఇంతేకాక, పుణ్యము ప్రబలినకొద్దీ పాపము తనంతన తరిగిపోవు ననుటకు ప్రత్యక్షనిదర్శనముల జూపిస్తూ, పుణ్యమందును దేవత్వమునను ఉన్నతాదర్శముల నెదుటనిల్పి పాపమును పరిహరింప జేయుటయందు ఆర్యకవులు మంచి నిపుణత జూపిరి. అట్టి యాదర్శములయందు చిత్తమును జొత్తిలజేయుటే మనుష్యత్వ మనబడును.

మానవప్రకృతియందు పాశవప్రవృత్తులు ప్రబలియుండుటచే మనుజుడు స్వాభావికముగా వాటి నుపాసించుచున్ననూ, దేవత్వము వానిని తనపై పాకర్షించడము మానదు. పాశవ ప్రవృత్తులు దు:ఖభాజనములు, దేవప్రవృత్తులు

సుఖాగారములు; మొదటివి క్షణికసుఖమే ఒనగూర్పకలవు, రెండోవి చిరస్థాయియగు సుఖమును చేకూర్చును: అవి సుఖదు:ఖముల కాకరములకును, ఇవి కేవల సుఖ మాపాదించి చిత్తముకు శాంతిని ప్రసాదించును. ఈ శాంతికై దేవురించు మానవుడు పాశవప్రవృత్తిని పరిత్యజించి, చింతనవల్లా వివేచనాశక్తిచేతా నిర్మలచేతస్కుడై ఎప్పుడును తత్సదుపాయములనే వెతకుచుండును. వీటిని పరిశీలించి వశపరచుకొనుటయందే వాని మనుష్యత్వము విదితమగును; పశుసీమ నాతడు దాటుటకు ముఖ్యసాధన మిదే. దేవతల కిట్టి సదుపాయములు వాటికవే ప్రాప్తించును, మనుజున కవి యత్న సాధ్యములగును; కావుననే మానవుడు దేవతలకన్న తక్కువవాడు. ఇట్టి యుపాయావలంబనము ఎవరికి సహజసిద్ధమౌనో వారియందు దేవత్వము వికసించును; ఇందు కనుకూలములగు నయరీతులు నియమములు హిందూసంఘమున కలవు; ఆ శిష్టాచారముల ననుసరించుటవలన మానవునకు పశుత్వపరిత్యాగము దేవత్వప్రాప్తియూ సిద్ధించును. వీటి నలవడజేయు సంయమమే హిందూ సంఘమునకు ప్రధానబలము; ఇది అతిశయించినకొద్దీ దేవత్వ ప్రతిష్ఠ ఉత్కృష్టమగును. హిందూసంఘ శిష్టాచారములు దేవత్వప్రాప్తికి కారణభూతము లగుటచే వాటిని త్యజించుట దేవత్వమును తొరగుట కాదా? *[1] ఈబంధములకు లోబడి సంయములు కాగలవాళ్ళు దివ్యత్వమున కహున్లవుదురు. ఇట్టి సంయమము సిద్ధించుటకు సానుకూలమగు సాధనయే మానవవిశిష్ట ధర్మమగును. ఇట్టి మనుషత్వమే ఆర్యసాహిత్యమున చిత్రింపబడినది.

సతీగౌరవము - తద్ధర్మబలము

పూర్వకాలమున భారతరమణులు సతీత్వగౌరవపరిపూర్ణలై వీరతయు సంయమమును వెల్లడిజేసిరని ఆర్యసాహిత్యము దెలుపుచున్నది. ఆ గౌరవస్ఫూర్తిచేతనే తమపవిత్ర శీలమును నిల్పుకొనుటకై వారు

ప్రాణములవీడుటకు సయితము వెనుదీయలేదు. శత్రువుల వెఱపుచే నెందరో రాజపుత్ర మానినులు సర్వభక్షకున కాహుతులైరి. సతీత్వగౌరవాపేక్ష చేతనే హిందూసుందరులు పతుల యనంతరమున జీవింప నొల్లక వారితో సహగమనము సల్పుచుండిరి. కోరి అగ్నిలో బడువారి గౌరవనిష్ఠయు అంతరంగబలమును సర్వసామాన్యము లనజెల్లునా? ఆ బలము నాధారము గావించుకొని వా రలౌకిక సంయమ మగపరచి పతుల యోగక్షేమములకై పడరాని పాట్లుపడి, సకలదు:ఖముల సహించి, సర్వమున్నూ విడుచుటకు సన్నద్ధులై యుండిరి.

ఇప్పుడు సతీత్వగౌరవము సన్నగిల్లింది కావున మన స్త్రీల కంతరంగబల మంతరిస్తూన్నది. పూర్వుల ప్రవర్తనము కన్న ప్రబలోత్తేజన సాధన మింకొకటి మనము సృజింపగలమా? అట్టిచో సాటిలేని పురాతన సతీత్వగౌరవమును పోషిం చుట మన కవశ్యకర్తవ్యము. తదుత్తేజనమున మనస్త్రీజాతికి రానున్న బలము ధైర్యమున్నూ మేరు మందర సమానములు. నిర్లంఘ్యమగు ఆ బలము మనస్త్రీల కబ్బితే వారి కితరనైతిక ధర్మములతో ప్రసక్తిలేదు. కావున పురాతనసతీత్వగౌరవము నుద్ధరించు నుపాయముల కల్పించుకొని తత్ప్రతికూల సాధనముల బహిష్కరించుట మనకు విధి.

స్త్రీల సంయమబలము.

సతీత్వగౌరవము నిలువబెట్టుకొనుటకు కౌసల్య అపూర్వాత్మసంయమ మగపరిచింది. తనభర్త కైకేయికి పూర్ణముగా వశుడగుటచే సవతియు ఆమెచెలికత్తెలూ అన రాని మాట లనుచుండ, అవి, శల్యములవలె ఆమెమనసున నాటి అగ్నికన్న నెక్కుడుగ దహింప జొచ్చెను. అప్పటికేనా ఆమె పతియెడ ప్రేమ విడువక శ్రీరాముడు రాజగునప్పుడు తన దు:ఖములన్నీ అంతరించునను ఆసతోనుండి అట్టి సమయ మాసన్నమై ఆమె లోలోన సంతసించుచుండ, శ్రీరాము డామెను చేరంజని వనములకుబోవ అనుమతి వేడెను. ఆమె గుండె అప్పుడు

శతధావ్రయ్యలై దృష్టిపథ మంధకారావృత మాయెను. వెంటనే హృదయమున శిశువాత్సల్య ముద్బోధ మగుటచే ప్రాణములకన్న ప్రియతరుడగు పుత్రుని వనమున కంపి అయోధ్యయం దామె ఉండజాలనని నిశ్చయించి, రామునితో వనమున కేగుటయే శ్రేయమని యెంచి, ప్రయాణోన్ముఖి యై ఎవ రేమిచెప్పినా పెడచెవిని బెట్టింది, కాని శ్రీరా ముడు సతీధర్మమును జ్ఞప్తికితెచ్చి, పతి నింటవిడిచి సతి వనముల కరుగుట అసంగతమని చెప్పగా మారుమాటాడక హృదయావేగమును కర్తవ్యనియమబలముచే నదిమింది. పతి ప్రేమయు పుత్రవాత్సల్యమును ఇరువంకల నామెహృదయము నాకర్షింప, డోలాందోళిత చేతస్కయై, కర్తవ్య మాత్మసంయమమునకు తోవజూప పతిని వీడి ఆ సతీమణి పదము పెట్టజాల కుండెను. పతిప్రేమతరంగము పుత్రవాత్సల్యతరంగము నణచెను, కావున పుత్రుని వీడ్కొని పతిసేవాపరాయణయై అయోధ్య యందే నిలువగల్గెను.

తండ్రియానతిచొప్పున రామునకు వనవాసమబ్బెను కాని లక్ష్మణు డేల నాతని వెంబడింప వలయు ? అ ట్లాతడేగిన వెన్కనైన సుమిత్ర అలమటింపదాయె! కౌసల్యకన్న ఈమె ధైర్య మెంతయెక్కుడో ఊహింప వశమా? ఆత్మసంయమ గాంభీర్యము రూఢ మగుటచేత ధైర్యము చిక్కబట్టి పుత్రుని వీడ్కొని పతిసేవాపరాయణ ఆయెను.

పాశ్చాత్యసాహిత్యమున ఆత్మశాసనప్రభావ మరయవలెనన్న షేక్‌స్పియర్ రచించిన ఇనబెలా చరిత్రము చూడండి. ఆమె ఐహికప్రేమ సర్వేశ్వరార్పిత మొనర్చెను. ఆర్య వితంతువు పత్యను రాగమును భగవదర్పణము చేయుచొప్పున ఇనబెలా తన అనురాగమంతయు పరమేశ్వరునిపరము చేసి దైవప్రేమభరితయై బ్రహ్మచర్యము బూని ధర్మమఠము (convent) న ప్రవేశింపనెంచెను. ఆమె ధర్మానురాగ మత్యంత దర్శనీయము. ఇట్టి చిత్రము కాథోలిక్ మతధర్మముననే కవి చూపెను. ఆధునికవిమర్శకు లీమఠములను బౌద్ధమఠములతో పోల్చెదరు. ఆ తపస్విని తన సోదరుడగు క్లాడియస్

ప్రాణావనోత్సాహినియై అర్ధ రాత్రమున నొంటరిగా ఏంజిలో చెంత కేగ, అతడు కామనిశాతశరాహతుడై నిజహృదయ మామె కెరిగింప, ఆమెరోతగించి ధర్మకోపమున (righteous indignation) "నాసోదరుని ప్రాణముకు మారు నాప్రాణముల నిచ్చెదగాని, వాటిని నిల్పుటకు నేను ధర్మధ్వంస మొనర్చి నాశీలమునకు కళంకము నోకనీయన"నెను*[2] పిమ్మట ఆ సోదరుడు మృతియందలి భీతిచే "పాపప్రవృత్తురాలవై నాప్రాణము గాపాడితివేని అది పుణ్యమే యగున"ని నిరోధింప ఆమె గురుగంభీరస్వరమున "ఓరీ, పశువా ! దురాచారుడా! పిరికిపందా ! నీ సోదరీశీలమునకు కళంకమద్ది నీప్రాణము లుండ జూచుకొందువా? ఇది ఘోరపాతకముకాదా? సోదరిమాన మమ్మి నీప్రాణములుగొనజూచెదవా ? ఇట్టి తుచ్ఛుడు త్వరలో చచ్చుట మేలు," అని వెడలిపోవును. ఇసబెలా తనసతీత్వము పవిత్రతయు నిల్పుకొని ఆత్మసంయమ మాచరించెను. ధర్మానురాగపూరితయు పరమపూతచరితయు నగునామె ఏంజిలోను తిరస్కరించుట ఒక వింతయా ? ధర్మపరాయణ యగు నామెముందర పాపా కులచిత్తుడగు ఏంజిలో నిల్వగలడా ?*[3] ఇట్టియాదర్శము లిక కొన్ని షేక్స్పియరు నాటకముల యందుండిన కవి గౌరవ మధికతరమై యుండును.

కీచకునిప్రలోభనమున ద్రౌపది యిట్టి ఆత్మసంయమ మగుపరిచెను. ఈవిషయమున నీ సతీమణులిద్దరూ సమానముగా తులతూగుదురు.

పురుషుల సంయమము.

భరతునిసంయమము చూడండి. అయోధ్యాసింహాసన మాతని ప్రతీక్షించుచుండెను; తన్మార్గమును చక్కజేసి కైక దానిని భరతుని అరచేతిలో బెట్టెను: కాని గద్దియ నాతడాక్రమింప నియ్యకొనెనా? లేదు, తల్లిముచ్చటలు ముక్కలుచేసినాడు. రామలక్ష్మణులకు వనవాస మబ్బినందునకదా సింహాసన మాతనికి జిక్కెను ! తండ్రిగారు తరలిరి, కుటుంబమంతయు శోకాబ్ధిని కూలియుండెను, అయోధ్యయందు హాహారవ ముదయించెను, సామ్రాజ్యమంతటా

సంతస మస్తమించెను; అట్టివేళ నాతడు సింహాసన మధిష్ఠింప దలచునా ? పోనీ - ఆ సద్దణగిన వెన్కనైన గద్దియ నారోహింపనెంచునా? కల్ల. హృదయము నలమియున్న భ్రాతృభక్తి ప్రబుద్ధమగుటచేత నాతడు తల్లిని దూషించి సింహాసనలోభమును త్యజించెను. పిమ్మట తా నెన్ని విధముల అనునయ వినయములచే శ్రీరాము నయోధ్యకు గొంపోవలయునని యత్నించినా ఆతడు రాకుండుటచే ఆతనిపాదుకలు సింహాసనమున నుంచి వాటి నర్చించుచూ అనాసక్తుడగు కింకరునివలె రాజ్యపాలన మాచరించుచుండెను.
ఆత్మసంయమబలముచే ఆతడు అయోధ్యాసింహాసనమునే కాదు అమరేంద్రు సింహాసనమునైనా అధిరోహించుటకు అర్హత సంపాదించెను. అఖిలభూతముల హృదయపీఠ మలంక రించి విరాజమానుడు కావలసినవాడు అయోధ్యకు రాజు కాగోరునా? భ్రాతృభక్తిభరమున నతనికి మానుషత్వము తొలగి దివ్యత్వము సిద్ధించెను.

కచుని సంయమము కనండి. మృతసంజీవినీవిద్య నభ్యసింప నాతడు శుక్రాచార్యునొద్ద శిష్యుడుగాచేర ఆచార్యుని కూతురగు దేవయాని అతనియందు బద్ధానురాగ అయింది. ఎప్పుడు నొకచోట నుండుటచే ఆతనియెడ నామె రూపగుణ ముగ్ధయై నాల్గుసారు లాతని పునర్జీవితుని చేసింది; అప్పటికీ ఆతడు మరులుకొనలేదు. ఆమె తన్ను వలచినదని ఎరిగియూ గురుపుత్రికగాన నామెయెడ సోదరీభావ మూనియుండెను. విద్యాపూర్తి యైనతోడనే ఆతడింటికి మగుడ నుద్యుక్తుడగు నప్పుడు ఆమె మోహము నాపుకొనలేక వెల్లడించినా కచు డామె నొల్లడాయె. ఆదినుండియు నాతనియం దాత్మసంయమ మగుపడుచుండెను. ఆతడు ప్రత్యాఖ్యాన మొనర్చినపిదప దేవయానియం దాశక్తి ఆవిర్భవించింది.

చంద్రుడు, తార, ఇమోజిన్, హెలెనా, డెస్‌డెమొనా, జూలియట్ మొదలగువారియందు లేని ఆత్మనిరోధము కచ దేవయానుల చరిత్రములను దివ్యసౌందర్యకలిత మొనర్చెను. తద్దీప్తిచే ఇంద్రియలాలస సాంధకార

మంతర్ధానమాయెను. ఇట్టిదివ్యచిత్రములు పాశ్చాత్యసాహిత్యమున లభింపవు దేవత్వము పశుత్వమును శాసింపనేరదు; అట్టిసామర్థ్యము ఇంద్రియనిగ్రహమునకు మానుషత్వమునకు మాత్రమేఉన్నది.

భక్తిసంయతమైన ప్రేమ

ఆర్యసాహిత్యమందలి ప్రేమచిత్రము లన్నియు ఆత్మసంయమ ప్రభావగౌరవాన్వితములు. భక్తిచేతను ఆత్మనిగ్రహముచేత నెట్లు ప్రేమ సంయతమగునో చూడవలెనన్న ఒక్క కౌసల్యాపాత్రమునే కాక వాల్మీకి రచితములగు సీతాసుమిత్రల పాత్రములను కూడా పరిశీలించవచ్చును. వేదవ్యాసరచితములగు కుంతి, ద్రౌపది, గాంధారి, అరుంధతి, సావిత్రి, దమయంతి మొదలగు పాత్రము లన్నియూ ఉత్కృష్టోదాహరణములు. పురుషులలో రాఘువులు, దుష్యంతుడు, ద్రౌపదీవస్త్రాపహరణదృశ్యమున పాండవులూ అగుపరచిన ఇంద్రియనిగ్రహము అనిర్వచనీయము. భీముడు కోపావేశమున పండ్లుకొరుకుచు యుధిష్ఠిరునిపై దృష్టునినిల్పి ఆత డించుక కనుసన్న చేసెనేని ధార్తరాష్ట్రుల నందరినీ మట్టిలో కలిపివేయుటకు సిద్ధుడై యుండెను; జగదేకవీరుడగు విజయుడును కనులెఱ్ఱజేసి ధర్మజు నాజ్ఞను ప్రతీక్షించుచు దాయలనస్త్రాగ్ని కాహుతి జేయ సింసిద్ధుడై యుండె; ఈదృశ్యమున ఎట్టి ధైర్యము, ఎట్టి ఆత్మనిగ్రహము, ఎట్టి భ్రాతృభక్తియు ప్రతిఫలిస్తూన్నవో చూడండి. గుణవతియు, పతివ్రతయు నగు ద్రౌపది కెట్టి ఆపద ఘటిల్లినదో చూడండి! పాండుకుమారుల బలవిక్రమముల నూహించండి ! వారియొడళ్ళు ప్రతిక్రియాగ్నిచే భగ్గున మండుచుండుటచేత ఉష్ణరక్తము ప్రతిరోమకూపమును నించినది, శత్రువులు అధికారగర్వమున నవ్వుతూ గేలి చేస్తున్నారు, అవమానవహ్ని పరితప్తయగు యాజ్ఞసేని భీమార్జునులపై దీనదృష్టులు సారిస్తూన్నది, ఐనను భ్రాతృభక్తి, ధైర్యము, ఆత్మనిగ్రహమును కోపాంబునిధికి చెలియలకట్టయై వారి సర్వాంగముల నరికట్టుటచే ద్రౌపది అనాథయై

శ్లో|| "హే కృష్ణా ద్వారకావాస క్వాసి యాదవనందన?
ఇమా మవస్థాం సంప్రాప్తా మనాథాం కిము పేక్షసి?"

అని మొరలిడుచు భగవంతుని శరణువేడ ఆత డామె మానమును సంరక్షించెను. ఈదృశ్యమందలి ఆత్మనిగ్రహ మింకొకదేశసాహిత్యమున గాంచనగునా?

ఆర్యసాహిత్యమున నిట్టి ఆదర్శము లెన్నో కలవు. వాటియందలి ప్రేమభక్తి సమున్నతము, స్నిహార్ద్రము. సీత ప్రేమ పతిభక్తియందు విలీనమగుటచే ఆమె చేసిన చేతలు, ఆడినమాటలును పతిభక్తిద్యోతకములు, అట్టిభక్తి అదృష్ట శ్రుతపూర్వము. భరతునియందును లక్ష్మణునియందును దోచున దిట్టిభక్తి యనవచ్చు. "ఉత్తర రామచరితము"న ప్రథమాంకమున సీత ప్రేమయు భక్తియు నిరూపించ బడినవి. తృతీయాంకమున శ్రీరాము డాప్రేమచే కాతరు డగును. సీతావియోగానంతరము తత్స్వర్ణ ప్రతికృతినే ధర్మపత్నిగా నిల్పి మనోవ్యాధిగ్రస్తుడై కాలము పుచ్చునపుడు ఆప్రేమయే ఆతనికి జీవాధారము. చతుర్థాంకమున కౌసల్యా జనకులప్రేమ కనబడును. ఈరీతిగా సీత వనమందున్నా కుటుంబప్రేమ తరంగములలో తేలియాడుచుండుటచే ఆప్రేమ ఉజ్వలతరమై ఆమెను శ్రీరామునకు ప్రేమసర్వస్వముగను, జనకున కాదరసామగ్రిగను, కౌసల్యాదులకు గృహలక్ష్మిగ నొనరించెను.

హిందువులలో స్త్రీలు అత్యంతాదరపాత్రములు, గృహలక్ష్ములు; తత్కుటుంబముల మానమర్యాదలకు వారే ఆధారములు; పతులను, నత్తమామల భక్తితో గొల్చుతూ పుత్రులను, మఱదులను స్నేహముతో నాదరింతురు. ఇంత ప్రాముఖ్యత చెందియూ వారు స్వాతంత్ర్యము, స్వేచ్ఛాచరణము నపేక్షింపరు. వారికదిలేని లోటులేదు. చూడండి.

శ్లో|| "పితా రక్షతి కౌమారే భర్తా రక్షతి యౌవనే
పుత్రస్తు స్థవిరేకాలే స్త్రీయోనాస్తి స్వతంత్రతా||"*

తండ్రి రక్షించు కౌమారదశను యవ్వ
నమున పెన్మిటి యోగక్షేమముల నరయు
ముసలితనమున పెంచును ముద్దుబిడ్డ
డుండ బోవదు స్వాతంత్ర్య మువిద కెపుడు.

సంతానమును తొమ్మిదినెలలును మోసి కని వారిని సదా లాలించి పాలింపవలయును గాన వారికి పరాధీనత స్వభావ సిద్ధము, ప్రాపంచికబంధము లెక్కుడు; భక్తి ప్రేమ స్నేహములచే కుటుంబములోని వారల బంధించి వారి ప్రేమపాశముల తాము తగులువడుదురు. ఈపరస్పరప్రేమ బంధమే హిందూకుటుంబసంస్థల దృఢపరచుచున్నది. అందువలననే అన్యోన్యప్రేమ పెరిగి సాంద్రము కాగా దానికిని భక్తికిని సమ్మేళనము సంభవించుచున్నది. ఇట్టి సమ్మిళన సూత్రము సంసారాంతర్వర్తి యగుట మనసాహిత్యా దర్శములందే కాంచనగును.

హిందూకుటుంబ నియమములు

ఆర్యసాహిత్యమున రచింపబడిన ప్రేమాదర్శముల యందు నాయికా నాయకులు పరస్పరమూ "నేను నిన్ను వలతును, దైవసాక్షిగా చెప్పుచున్నాను. నిన్ను తప్ప అన్యుల తలచను - ముమ్మాటి కిది నిజము, నీ వొకక్షణము కనబడకుంటే నాగుండె పగిలి ప్రాణములు నన్ను విడిచి పోవును." అని సంభాషించుట కానరాదు. ఇట్టి క్రయవిక్రయ సామగ్రిరూపమగు ప్రేమ హిందువులకు రుచించదు. తత్సంఘనియమానుసారము ఎవరి కేది కర్తవ్యమో, వారు దానిని ఫలాపేక్ష లేకుండా నిర్వర్తించుటచేతనే యావత్స్నేహము, మమత, దయ, దాక్షిణ్యము, భక్తి, ప్రేమయు ప్రకటితము లగును. వివాహభారము మాత్రమే పెద్దలది, కాని తదనంతరమున భార్యాభర్తలు ఎవరికర్తవ్యమునకు వారు మనసార పూనుకొందురు. రూపపిపాస ఇంద్రియలాలసయు చరితార్థమొనర్చుటే

ఆర్యవివాహమునకు ముఖ్యోద్దేశముకాదు గనుక పెళ్ళి వధూవరుల వశమున నుండదగదు. పతియాజ్ఞకు సతి సతియాజ్ఞకు పతిబద్ధులై యుండవలెనను కుటుంబనియమమునకు వారినిద్దరినీ బద్ధులను జేయుటకే వివాహము సృజింప బడినది; నీతిదాయకమూ ఉభయతారకమూ నగు ఈసంసార శృంఖలమున వారిని త్వరగా బద్ధులను చేయడమునకు పెద్దలు పిన్న వయసుననే బాలకులకు వివాహ మొనర్తురు. యవ్వన స్రోతముప్రవహించి రిపుషట్కముప్రబలునప్పటికే దంపతులు సంసారశృంఖాలాబద్ధు లయ్యెదరు, ఆ సంకెళ్లు తెంచుటకు తగినసామర్థ్యము వారి కలవడదు - అన్నివైపులా ఆలానములే, వాటి నూడబెరుకుట సామాన్యులకు వశము కాదు; పరమ భాగవతు లట్లు చేయగలరే కాని ఇతరుల కది చేతకాదు. ఇట్టి నిర్బంధమే లేకుంటే హిందూకుటుంబము లొక్క అడుగు ముందుకు వేయలేవు. యౌవన మంకురించినతోడనే యథేచ్ఛాచరణ మలవడుట హిందూసంఘమం దసంగతము. ఇట్టి కట్టుబాటులతో విలసిల్లు సంఘమున ప్రేమను దండోరా వేసి చాట నక్కరలేదు. అది బాల్యముననే అంకురించి, యౌవనమున వెలుగొంది, సంఘనియమానుసారము అభివృద్ధి చెందుతూ సంసారమను మహాయజ్ఞమున సంపూర్ణవికాసము నొందును. దంపతీప్రేమ పిన్ననాడే అంకురించి, నిరంతరమూ కలిసిమెలసి యుండుటచేతనూ, గృహకృత్యముల నిర్వహించుచుండుట వల్లనూ, సంతానము కని పెంచుచుండుటచేతా కాలక్రమమున పెంపొంది, బంధుసంపర్కము సాంద్ర మైనకొద్దీ మమత హెచ్చి రోగము, శోకము, సేవ, యత్నము మొదలగువాటిచే పరిపూర్తి చెందును. ఇది ఒకటి రెండు వత్సరములలో అంతరించేది కాదు, యావజ్జీవము సాగుచుండ వలసిందే!

ఐరోపీయ సంఘములం దిట్లుండదు. స్త్రీపురుషులు యవ్వనవంతు లగుదాకా వారికి వివాహము కాదు, సంసార ధర్మము లుండవు, స్వచ్ఛందులై వారు జీవములను గడుపుచుందురు. ఇంద్రియలాలస వారియందు ప్రబలముగా నున్నా దానికి తగిన వ్యవస్థ లేర్పడియుండవు, కుటుంబనియమము లుండవు.

సాధారణులకు ధర్మము కానీ, కర్తవ్యజ్ఞానము కానీ లేవు, ఉండినా అవశ్యాచరణీయములు కాకుండుటచే ఆత్మనిగ్రహమున కనుకూలపడవు. అందుచే యౌవనప్రవాహమున కొట్టుకొనిపోతూ ఎవ రెక్కడ తేలుదురో టికానా లేదు. ఇంద్రియప్రాబల్యము నణచడము సులభసాధ్యము కాదు గాన సంసారనియమములు దృఢముకానిచోట్ల యువకులు స్వేచ్ఛాచరణు లగుట సంభవింపక తీరదు.

హిందూ కుటుంబప్రేమ వికాసము

ఆర్యప్రేమాదర్శమున దంపతీప్రేమ పరమశాంతమయ్యు వర్ధిష్ణువై తరంగిత మగుచున్నది. అది పూర్వానురాగబలమున వృద్ధిచెందును. అల్పవయస్కులగు దంపతుల ప్రేమయందు పూర్వానురాగప్రవాహము అంతర్వాహినియై వెల్లివిరియ యత్నించునప్పుడు ఆప్రేమస్రోతాభాసమును గని పెద్ద లానందింతురు. అది బైట కెక్కడ ఉబుకునో అను భీతిచేత నవోఢ లెంతో కష్టమున దానిని దాచయత్నిస్తారు, కాని అణచినకొద్దీ అతిశయించి మెరుపుమెరసినట్లు అప్పుడప్పు డది తేటబడుచుండును. అది అప్రకాశ మగుటచేతనే అతి ప్రశాంతముగనూ ఈషన్మాత్రసంకేతరూపముననూ హిందూసాహిత్యమున చిత్రింపబడినది. నవోఢానురాగము రానురాను ప్రౌఢమై ముగ్ధను ప్రౌఢగా నొనర్చి గృహిణిని చేయును. సంసారమంతా గృహిణీప్రేమ పూరితము; ఆప్రేమ కుటుంబమంతటా వ్యాపించి, మరిది, అత్త, మామ, బావ, పుత్రుడు, పుత్రికలయందు సంక్రమించును. ఇట్టి చిత్రము లనేకములు ఆర్యసాహిత్యమున కలవు. కౌసల్య, గాంధారి, సుమిత్ర, కుంతి, సీత, ద్రౌపది మొదలగు పాత్రము లిట్టి చిత్రములే. వయసుమీరిన ఆర్యవనితలెల్ల సంసారమాయా మోహబద్ధులగుట కిదే హేతువు. వారిహృదయములు స్నేహసముద్రములు కావుననే కుటుంబమంతా వారికి వశమగును. గౌతమీ కౌసల్యల వాత్సల్య మిట్టిదే; వారి మాట నెవ్వరూ జవదాటరు.

ఆర్యసాహిత్యమున శృంగారము

ఈప్రేమను వర్ణించుటకు కాళీదాసప్రభృతి మహాకవులు శృంగారరసము నవతరింపజేసి దాని కనేక భావ భంగులు నిరూపించిరి. ఈవర్ణనలు చూపి చాలామంది ఆర్యసాహిత్యమున ఇంద్రియలోలత్వము వర్ణింపబడలేదా అని ప్రశ్నిస్తారు. అది లే దనము. చంద్రునియందు కళంకమువలె ఆవర్ణన లాసాహిత్యమునకు శోభాయమానములని యెరుగవలెను.

"మలినమపి హిమాంశోర్లక్ష్మ లక్ష్మీంతనోతి" కాళిదాసు
"చలువల రేనికిం జెలువొసంగు మలీమసమయ్యు నంకము."

ఆర్యసాహిత్యమున సుధానిధివలె కావ్యరసము వెల్లుచున్నది, కావున అట్టి కళంక మొక వ్యాఘాతము కాదు. చంద్రుడే లేనిచోట కళంకము కళంకమువలె నుండిపోవును.

ఆర్యవాఙ్మయమున శృంగారరసము పెక్కుచోట్ల వర్ణింపబడినది. మనకవులు రసస్వభావము చక్కగా నెరిగిన వారౌటవల్ల ఏరసముచే హృదయము కరిగింపవలెనో కావ్య సమాప్తి యగుసరికి ఏరసము స్థాయీభావము చెందవలయునో, నిపుణతతో గుర్తించి కావ్యముల రచింతురు. అందుచేత కొన్నిటియందు వీరరసము, కొన్నిటియందు కరుణ, మరికొన్నిటియందు మరికొన్ని రసములున్నూ ప్రాధాన్యము చెందినవి. వీటిలో ఒకటిగాని రెండుగాని ప్రధానముగా నెంచి వాటికి తోడు మరికొన్ని రసములు కూర్చి, అంతర్విరోధము ఘటిల్లకుండునట్లు రచనచేస్తే కావ్యము భిన్నరసాలంకృత మయి, అది పరిసమాప్తి యగుసరికి చిల్లరరసములన్నీ మాటుపడి స్థాయీభావము నొందిన ప్రధానరసమే నిలిచియుండును. అందుకే "వాక్యం రసాత్మకం కావ్యమ్" అని ఆలంకారికులు నిర్వచనము చేసిరి.

స్త్రైణ శాసనము

హిందూకుటుంబములయందు దంపతీప్రేమ వ్యవస్థానుసార మెట్లు పెరుగునో దిఙ్మాత్రముగ వివరించితిమి. పతియెడ పత్ని కనురాగము ఏకనిష్ఠమై అతిశయించినకొద్దీ పతికికూడా పత్నియెడ అనురాగము పెరుగుచుండును, కాని అట్టి దృష్టాంతములు తరచుగా కనబడవు. సీత రాముని ప్రేమించినట్లే శ్రీరాముడున్నూ సీతను గాఢముగా ప్రేమించెను. పతియెడ ఏకానురక్తయై కాలముపుచ్చుచుండుట సతికి సానుకూలమే, కాని పత్నీప్రణయపాశైకబద్ధుడై తదితరకర్తవ్యముల నుపేక్షించుట పతికి తగినపని కాదు. పత్నియెడ మిక్కుటమగు అనురాగము పక్షపాతమున్నూ చూపుట స్త్రీలోలత్వ మనిపించుకొనును.*[4] అట్లొనరించినయెడల సంఘమున కల్లోలమావిర్భవించి తీరును. గృహస్థు భరింపవలసినది కేవలమతని భార్యయే కాదు, కుటుంబమంతటినీ అతడే భరింపవలయును. రాజైనచో విశాలసామ్రాజ్యమందలి ప్రజలకెల్ల పతి యగును, వారి నుద్ధరించుభార మాతనిపై బడును. పత్నీ కర్తవ్యము కుటుంబసీమను దాటిపోదు, పతికర్తవ్యమో, ప్రపంచమంతటా ప్రాకును. ఇట్టి కర్తవ్యతాజ్ఞానమును మదిని నిల్పి భార్యాసక్తిని తనవశమం దుంచుకోవడ మత్యావశ్యకము. ఇట్లు చేయుటకు శక్తి లేకపోవుటచేతనే మేఘదూత యందలి యక్షునకు కుబేరుడు దేశాంతరవాసశిక్ష విధించెను. యక్షుని అగాధపత్నీప్రేమ అజరామరమగు కాళిదాసు లేఖినిచే కావ్యరూపమున చిత్రింపబడినది. ఇంకొక దిక్కున చూడండి - శ్రీరామచంద్రుడు ప్రజానురాగమునకు వశవర్తియై సీతను వనముల కంపెనుకదా, భార్యపై ఆతనికి ప్రేమ లేదనుకోవచ్చునా?... ఆర్యసాహిత్యమున గాఢమైన పతిప్రేమకు పతిభక్తి అనిపేరు; అగాధమగు పత్నీప్రేమ పత్నీభక్తి కాదు, స్త్రైణత అనబడును, ఇదే స్త్రీలోలత్వము. హిందూ సంఘమున నియమరక్షణార్థ మేర్పరుపబడిన వ్యవస్థల పాటించుటే మనుష్యత్వ మనబడును.

స్వాధీనత - స్వేచ్ఛావృత్తి

హిందూసంఘు నిర్మాణమునుబట్టి మానవప్రకృతి యందలి పశుభావము వికాసము చెందనేరదని మనమూహింప వచ్చును. దేశాచారములన్నీ మనుష్యత్వము దేవత్వమూ పోషించుట కనుకూలించును గనుక వాటియధీనమున నుండుటే మానుషత్వ దేవత్వముల అధీనమున నుండుట. స్త్రీపురుషులు మానుషత్వసీమను దాటకుండునట్లు వారిని నియమబంధములలో నిల్పి యుంచడమే సంఘనీతికౌశలము పశుత్వమువీడి దేవభావా శ్రయముననుండడము చేతనేమానవులకు ఆత్మనిగ్రహమలవడుతుంది. దీనికితోడు పరమార్థపరతంత్రత సిద్ధించిందా మనుష్యునకు స్వాధీనత చిక్కినట్టే. ఆత్మపరమార్థపర మగునప్పుడే నిజమైన స్వేచ్ఛ (Freedom, Liberty) అలవడిన దన్నమాట. ఇట్టి స్వాధీనత పోగొట్టుకొని ఇంద్రియములకు వశులై వాటిచిత్తమువచ్చిన రీతిని మెలగువారు స్వాధీనులు కారు, ఇంద్రియేచ్ఛాధీనులు. ఇది నిజమైన స్వేచ్ఛా కాదు, శ్రేయోదాయకమూ కాదు. దీనికి స్వైరవిహారము (License) అని పేరుపెట్టవచ్చును. ఇట్టి స్వచ్ఛందవిహారమును విడిచి శ్రేయోదాయకము ప్రకృతిసిద్ధమునగు స్వాధీన పథమున సంచరించువారు మానుషత్వమునకు తగినవారు. మనదేశాచారముల ననువర్తించుటచేతనే ఇది సిద్ధిస్తుంది - అట్టి పదవికి సాధనభూతమైన ప్రేమప్రవృత్తి హిందూసంఘనియమములం దంతటా కద్దు, ఆర్యసాహిత్యమున కలదు.

ఆర్యసాహిత్యమున ప్రేమగౌరవము

ఆర్యసాహిత్యమున ప్రేమవికాసము భక్తియందు తేట బడును; అందే పుట్టి, అందే పెరిగి, అందే పరిణతి చెందును. ఇట్టి గౌరవము పాశ్చాత్యసాహిత్యమున గానరాదు. పతిభక్తి, భ్రాతృభక్తి, పితృభక్తి, మాతృభక్తి, గురుభక్తి, వాత్సల్యము, భార్యానురాగము, శిష్యానురాగము మొదలగు ప్రేమవికాస భావములు అందు

లేవు. సీత, లక్ష్మణుడు, శ్రీరాముడు, యుధిష్ఠిరుడు వంటివా రున్న చోటులందే ప్రేమగౌరవ ముండును.

బాల్యవివాహముల పరిణామము

ఆర్యుల ప్రేమాదర్శములయందు ప్రేమగౌరవమే కాక ప్రేమసౌందర్యము కూడా కలదు. సీతాపాత్రము సుందరమని ఒప్పుకొంటే ప్రేమసౌందర్యమహిమను మెచ్చుకొన్నట్లే. అట్టి నిసర్గప్రేమచిత్రములు మన సాహిత్యమున అనేకము లున్నవి. స్త్రీలయందు నిసర్గ ప్రేమను పాదుకొల్పుటకే హిందువులందు బాల్యవివాహము లేర్పడినవి. కోమలమతులగు బాలికల నూత్నానురాగము భర్తలయందూ గురుజనము నందున్నూ చిన్నప్పటినుండీ నిక్షిప్తమగును. హృదయమందు ప్రేమకళిక దరవికసితము కాకపూర్వమే కోమలస్వాంతలగు కన్యలు యోగ్యులగు పతుల కర్పించబడుదురు. ఆప్రేమ నానాటికి వికసించి యౌవనప్రాదుర్భావమున నుదయించు అనురాగముచేత వృద్ధిచెంది పత్యర్పిత మగును. కిశోరావస్థ నుండీ అత్తవారింట లాలనపాలనముల నొందుచుండుటచేత అచ్చటివారియందు మమతభక్తి పెరిగి పెద్దలను సేవించునిచ్ఛ ప్రబలమగును. అందుచేత ఆర్యకుటుంబములు స్త్రీజనమునకు ప్రేమాలవాలములు, శాంతినికేతనములయి వారిమానసములందు చాలాసద్గుణములు సంచితము లగును. పాతివ్రత్యము, ప్రేమ, స్నేహము, మమత, భక్తి, సారళ్యము, సత్యానురక్తి, దయ, క్షాంతి, ధైర్యము, శాంతి, దాంతి, కోమలత్వము, అణకువ, సాజపుసిగ్గు, ఓపిక మొదలగు గుణ ములచేత వారు భూషిత లగుదురు. *[5] మన సాంఘిక వ్యవస్థలకూ, శిక్షకూ, బాల్యవివాహములకూ పరిణామ మిది ఈ వ్యవస్థలను తారుమారు చేస్తే ఫలము వికటించును, కావున ఈ యాచారమునకు భంగము వాటిల్లకుండా మనము పాటుపడ వలయును. **[6]

విదేశీయప్రేమయందలి పతిపత్నీ సామ్యభావము

హిందూసంఘములయందును, కుటుంబముల యందున్నూ దృఢబంధమై గానవచ్చెడు భక్తి అను అపూర్వ పదార్థము విదేశీయసంఘములందు లేనందున తత్సాహిత్యమునందు కూడా అది మృగ్య మగుచున్నది. వారి దాంపత్యమునం దెచ్చుతగ్గులూ, ఒక రొకరియధీనమున నుండుటయూ లేవు. ఆప్రేమ అంతా వినిమయము - ఇచ్చి పుచ్చుకొనుట. "నీవు నన్ను ప్రేమించితివా నేను నిన్ను ప్రేమించెదను. అట్లుకాదేని నీవు వేరు, నేను వేరు; నీదారి నీది, నాదారి నాది." ఇది వారి దాంపత్యసరణి! పతిపత్నీ త్యాగము, స్త్రీలకు బహువివాహములు, యౌవనమున స్వేచ్ఛాచరణమును వారికి సదాచారములు కావున స్వచ్ఛందవృత్తి, పతిపత్నీసమత్వము వారియందు ప్రబలమై యుండును. ఆ సాహిత్యమందున్నూ ఆరెండుధర్మములే ద్యోతకము లగుటచేత దానినే సదా పఠించువారి మానసములందు స్త్రీలు పురుషులకు లొంగి తిరుగ నేల? పురుషులకంటె వారి తక్కువ ఏమి? ఇది అన్యాయము, పతిపత్నీ సామ్యభావము న్యాయము, అను రూఢాభిప్రాయము కలుగును. ఇట్టి భావములు మన సాహిత్యమునా ఇప్పుడిప్పు డవతరిస్తూన్నవి, నవనాగరికు లీ నూతనాదర్శములను పొగడుచున్నారు. మన సంఘనియమము లనుకరించు మన సాహిత్యమున ఈభావమునకు చోటులేదు, ఒకవేళ మనము చేర్చినా అది తక్కినవాటిలో యిముడదు; ఆచరణ మొలాగు అభిప్రాయ మొలాగూ ఉంటే ఉపద్రవము వచ్చితీరును. వివాహబంధమున తారుమారులులేక పతిపత్నీ సంబంధము జీవావధియై, భక్తి ప్రేమసూన్యతమై, సతీత్వలీలాక్షేత్రమైన ఆర్యసంఘమున సరళత, ప్రేమ, కోమలత, లజ్జ, దయ, ఓరిమి మొదలగు గుణములు స్త్రీజనమున కలంకారములుగ నున్నవి కావున పతిపత్నీసమత ప్రబలిందా ఆచారవిప్లవము తప్పక సంభవించును. మనసంఘమున ఎచ్చుతగ్గులూ, ఆత్మనిగ్రహమూ (స్వాధీనత) ఉండవలెను. పాశ్చాత్యసంఘములందున్నది స్వేచ్ఛాచరణము.

ఆర్యసాహిత్యసమాలోచ నావశ్యకత

ప్రాచీనప్రతిష్ఠితములు, భక్తిప్రేమపూరితములు నగు మన సంఘరీతు లంతరించి పాశ్చాత్యసంఘమర్యాద మనదేశమున ప్రతిష్ఠితము కావలెనని కోరువారుందురా? ఈరెండింటి ఘటనాప్రణాళులు విపరీతములనీ, తత్ప్రేమాదర్శములు విషమములనీ ఉదాహరణలతో నిదివరలో వివరించియుంటిమి. ఆర్యప్రేమాదర్శమున భక్తిశ్రద్ధాది ఉత్కృష్టప్రవృత్తుల ఉత్తేజనము, స్ఫూర్తి, ధర్మనీతిప్రాబల్యము నున్నవి, పాశ్చాత్యాదర్శమున షడ్రిపుప్రాధాన్య ముంది; రిపుషట్కము అస్థిరమగు నింద్రియసుఖానుకూలము. మన ఆదర్శమున ధర్మ నీతిశాసనాధీనత యుంది, వారి యాదర్శమున స్వార్థపరత్వము పతిపత్నీ సమతా యున్నవి. ఇందు యథార్థమైన స్వాధీనత, అందు స్వేచ్ఛావృత్తియు నున్నవి. ఇట్టివైషమ్యము గల ఆదర్శములకు ఏకత్ర సమావేశ మెన్నటికీ సరిపడదు. మన ఆదర్శములను మాని వారి యాదర్శముల నవలంబిస్తే కొత్త భావములు మనహృదయములందు నాటి కాలక్రమమున స్వదేశగౌరవము సన్నగిల్లును. పవిత్రము సుప్రతిష్ఠితము నగు మనసంఘమును దోషసంకులమగు విదేశాచార సంసర్గమున పంకిలము చేయరాదు. దేవత్వమానుషత్వముల వీడి పశుత్వమున పడగోరు వీరిడి యుండునా?

మనయాచారములలో లోపములున్న కాలానుసారముగా వాటిని దిద్దుకోవలయు గాని సరికొత్త పుంతలలో జన కూడునా? ఇట్టి యాపద లక్కడక్కడ పొడచూపుచున్న వే, అవి తొలగుటెట్లు? విదేశసాహిత్యపఠనము మనకు తప్పనిసరి యైనది; పొట్టపోసుకొనుటకే కాదు, అది చదువుకున్న చాలా విషయములకు మనము వెలియగుదుము. కావున తత్పఠన మొనర్చుచూ అందలి నీచభావములు మనహృదయములందు కుదురుకొనకుండా జాగరూకతతో గమనించవలెను. విదేశ సాహిత్యముతో బాటు మనసాహిత్యముకూడా పఠించడమే ఆ విషమునకు విరుగుడు. రెండోది మన

కుటుంబాచారములను విదేశదురాచారపన్నగము కరవకుండునట్లు నడపవలెను. అనాదినుండీ ఏ సాహిత్యపఠనమున మనసంఘమునకు సద్గుణము లలవడి అది వీఁతము సుశిక్షితము నయ్యెనో, అట్టి సాహిత్యమునకు విముఖులము కాకుంటే మనకు తప్పక శుభము చేకూరును. అందలి సాధుత్వము, పవిత్రత, సంయ మము, వినయము, నీతిసౌందర్యము, మహోపదేశములూ మనమానసములయందు బాగా నాటితే విదేశదుర్భావములను బహిష్కరించి మనసంఘము విధ్వస్తము కాకుండునట్లు జాగ్రత్తపడవచ్చును.

1. * వేదవిహితంబులును శాస్త్రవిహితములును శిష్టచరితంబులునుననజెప్పనొప్పి ధర్మములు మూడువిధముల దనరుచుండు కడగి యిన్నియు సద్గతికారణములు

దానంబు సత్యంబు తపము యజ్ఞము నార్జవము
కామలోభాది వర్జి తంబు గురుజన శుశ్రూష క్రోధరాహిత్యంబు దమము
సంతోష మధ్యయననిరతి దాంబికత్వములేమిదైన్యంబువొరయమి,
అనసూయ అనహంక్రియాభియుక్తి తలపంగ నాద్యమైతనరు
ధర్మమునెప్డుకొని యాట నాస్తికగోష్టి జనమి శీలసంరక్ష తీర్థసంసేవ శౌచ
మఖిలభూతంబులందు దయార్ద్రుడగుట మితహితోక్తులు సంశ్రిత
మిత్రగుప్తి ఇన్నియును శిష్టచరితంబు లిద్ధ చరిత. అనయంబున్
శమవంతుడై వినుత శిష్టాచార మార్గంబులం జను పుణ్యాత్ముడు
దుర్గతుల్ గడచి ప్రజ్ఞాహర్మ్య సంరూఢుడై కనుచుండుం బటు
మోహపంకజల మగ్నంబైన లోకంబు వీ కనధోభాగమునందు డింది
కడుదు:ఖం బొందగా నవ్వుచున్|| ....నన్నయ

2. * Isabella - O! were it but my life, I'd throw it down for your deliverance As frankly as a pin........... And shamed life is hateful. Claudius - Sweet sister, let me live: What sin you

do to save a brother's life, Nature dispenses with the deed so far. That it becomes a virtue. Isabella.... O you beast ! O faithless coward ! O dishonest wretch ! Wilt thou be made a man out of my vice ? Is't not a kind of incest, to take life From thine own sister's shame?
.... O fie, fie, fie ! Thy sin is not accidental, but a trade, 'T is best that thou diest quickly. Measure for measure Act III

3. * But virtue, as it never will be moved Though lewdness court it in a shape of heaven, So lust, though to a radiant angel linked Will sate itself in a celestial bed And prey on garbage. అలమి పోకిరితనము స్వర్గాకృతిగొని కోరిన చలింపబడదు సుగుణ మొకప్డు దివ్యమూర్తిని గలిసియున్ దృప్తిపడక గుహ్యాచాపల్య మెంగిలికూళ్లుగుడుచు. ఆ|| నా|| దా|| Hamlet Act I

4. * ఈ వాక్యమును చదివినవారు నాపై కోపగింతురేమో? ఈ అభిప్రాయము అత్యంత సంకుచితము (Narrow) పక్షపాతపూరిత మందురు కాబోలు? కాని పతిపత్నులు అన్యనభావసంకలితులైనట్టైతే ఇతర ధార్మిక, సాంఘిక, నైతిక వ్యవస్థలు నిర్వహింపబడనేరవు.అత్యధిక భావానురక్తి ఆపజ్జనకము. "అనాసక్తః సుఖం సేవేత్" అని కావ్యముల సదుపదేశము. దుష్యంతుడు శకుంతలపై మొట్టమొదట అత్యధికానురాగము ప్రకటించెననే మనము భావింపవచ్చును. కాని అప్పుడైనా అతడు కర్తవ్యము మరచెనా? చూడండి___ అనసూయ ___ వయస్య, బహువల్లభా రాజానః శ్రూయంతే. యథా అవయోః ప్రియసఖీ బంధుజనశోచనీయా నభవతి తథా నిర్వాహయ. రాజా___భద్రే, కిం బహునా___

పరిగ్రహబహు త్వేపి ద్వే ప్రతిష్ఠే కులస్య మే
సముద్రరశనా చోర్వీ సఖీ చ యువయో రియమ్.

అన___వయస్యా, రాజులు బహువల్లభల పరిగ్రహించువారని వినికి, మా ప్రియసఖి బంధుజనశోచనీయ గాకుండు విధ మాచరింపవలయును.

రాజు___కళ్యాణీ, పెక్కుమాట లేల?

క. కలిగిన బహుభార్యలు, మత్కులప్రతిష్ఠలుగ నుండుదురు వీరిరువుల్,
జలనిధి మేఖలయయితగు నిలయును స్మరజీవనాడి యీ మీ
చెలియున్.

చూచితిరా? రాజులకు బహుభార్య లుందురు, వారిలో నెవ్వరికీ ఏ లోటూ రాకుండా చరించుట చాలా కష్టము. ఐనా, మా శకుంతల కేలోపమూ లేకుండా మీరు కనిపెట్టిచూడండి అని అనసూయ వ్యంగ్యముగా రాజులు స్త్రీలోలులు కాకతప్పదని నిర్ధారణ సూచించింది. అది గ్రహించి తనకులగౌరవము నిలువపెట్టుకొనడానికి - "నాకు చాలామంది కాంతలున్నా అందు ముఖ్య లిద్దరే - మొదటిది భూమి, రెండవది మీ శకుంతల అని జవా బిచ్చి నాడు - దీని అర్థ మిది - రాజుకు ప్రథమగణ్యము రాజ్యము, దానిని సరిగా పాలించుట అతనికి ముఖ్యవిధి - భార్య - తదితర స్త్రీలి, భోగములూ గౌణములు (Secondary) గాని ముఖ్యములు కావు - రాజ్యపాలనము వెనకబెట్టి భార్యలూ భోగములూ సర్వమని భావించుట తప్పు అని సూచించి రాజులు స్త్రీలోలురను వాదమును ఖండించి పూర్వపక్షము చేసినాడు -

పురుషుడు స్త్రీకి వశుడయ్యెనా ప్రాచ్యపాశ్చాత్యసంఘములకు భేదమే యుండదు. హిందువులారా, పాశ్చాత్యరీతుల ననుసరింపకుడు, మన పురాణములోని శ్రీకృష్ణుని స్త్రీలోలత్వము ననుసరింపక శ్రీరాము నాదర్శముగా గొనుడు. కామినీవాగురుల జిక్కి కర్తవ్యమును త్యజింపకుడు.

5. * పడతులు అత్తింట నేర్చుకొనదగు నంశముల నన్నిటిని కాళిదాసు కణ్వమహర్షిచే నిట్లుచెప్పించెను -

శుశ్రూషస్వ గురూన్ కురు ప్రియసఖీవృత్తిం సపత్నీ జనే
భర్తుర్విప్రకృతాపి రోషణతయా మాస్మ ప్రతీపంగమ:
భూయిష్ఠం భవ దక్షిణాపరిజనే భాగ్యేష్వనుత్సేకినీ
యాంత్యేవం గృహిణీపదం యువతయో
వామా:కులస్యాధయ:||

పనివిని కొల్వు పెద్దల; సపత్నులచోట ప్రియాళివృత్తిగై
కొను; పతియల్గ నల్గి ప్రతికూలవుగాకుము; భోగభాగ్యముల్
గనుగొని పొంగబోకు, దయకల్గుము సేవకులందు, నాతి గాం
చును గృహిణీపదం బిటులు; చూడగ లాతి కులాధియే
సుమీ.

6. ** ఈ యభిప్రాయము సమంజసమని నాకు తోచదు. బాల్యవివాహమున గుణమున్నది, దోషము లున్నవి; దోషములే ఎక్కువని చెప్పవచ్చును. వాటిని రూపుమాపకుంటే బాల్యవివాహము దురాచారమనే నాతలంపు. దోషము లందరికీ స్పష్టమగుటచేత ఇక్కడ విస్తరింపలేదు. ప్రౌఢవివాహము లాచరణములోనికి వచ్చేదాకా యువకులచెవులను బాల్యవివాహదూషణము సోకనీయరాదు. మొదటనుండీ సత్సహవాసము, నైతికశిక్ష, సద్గ్రంథపఠనము మొదలగు పరిస్థితులను సమకూర్చుట యుక్తము. యువకులు బ్రహ్మచర్యము పాలింపలేక, అభిభావుకు లందుకు తగిన ఏర్పాటులను చేయసేరనిచో బాల్యవివాహము లొనర్చుటయే మేలు

ఆరో ప్రకరణము.

సాహిత్యమున వీరత్వము.

వీరుల ఆదర్శము

ఆర్యకవికులగురువగు వాల్మీకి సీతపాత్రమున సతీత్వ పరమావధి నిరూపించినట్లు శ్రీరామపాత్రమున వీరత్వపరమావధి నిరూపించెను. ఆర్యలలనాసౌందర్యము, ప్రేమ, భక్తి, దేవత్వమూ సీతయం దగుపడును; ఆర్యపౌరుషము, గౌరవము, వీరత్వము, రాజవైభవదివ్యతేజమున్నూ శ్రీరాముని యందు గాంచనగును. కులమునకూ జాతికీ గౌరవము తేవడమే ఆర్యుని ముఖ్యకర్తవ్యము, శ్రీరామునియం దిదే కనబడును. ఆతడు రఘుకులతిలకుడు, క్షత్రియశేఖరుడు. అట్టి గౌరవ మగపరచుటకే వాల్మీకి మొదట దశరథుని పాత్రమును చిత్రించి అందు సౌర్యము, రాజ్యశాసనచాతురి, ప్రభుత్వము, యశము, మంత్రణ, కార్యకౌశలము, సంపద, సహృదయత, దుర్గసంపత్తి, చతురంగబలము, ధర్మపరాయణత, తపస్సు, విద్య, వివేకమున్నూ వర్ణించి చూపెను. అయోధ్య యందలి అప్పటి సుఖము, సంపద, సౌందర్యమునూ గాంచి చకితుల మగుదుము, అతనికి సముడు మరొకరాజు లే డనిపించును. కాని అనంతరము ఆతనికన్న నుజ్జ్వలతరమగు నక్షత్ర మారాజకులాకాశమున పొడుచును, తత్ప్రభావమును విశ్వామిత్రు డందరికీ ఎరిగించును. రఘుకులమం దుదయించిన ఆ వీరశిఖామణి "కూకటిముడికినై కురులు కూడని నాడె" ఋష్యాశ్రమములందలి రాక్షసపీడయు తపోవిఘ్నములు నంతరింపచేయగలడని ఆ ముని జ్ఞానదృష్టిచే గాంచగల్గెను, కనుకనే నిండోలగమున తనవెంట శ్రీరాముని పంపుమని దశరథుని ప్రార్థించునప్పుడు శ్రీరాముని ప్రభావము విదితమై మన కాతనియెడ గౌరవము పుట్టును; ఆ

దివ్యనక్షత్రప్రభ అప్పుడు మనకళ్ళకు గట్టును. ఈలాగే పరమభాగవతుడగు నారదముని మూలాన శ్రీకృష్ణప్రభావము లోకమునకు విదితమగును.

వీర కార్యనిర్వహణముకోసము విశ్వామిత్రుడు శ్రీరాముని కొనిపోయినపిమ్మట అత డాకఠినకర్మయందు కనపరచిన వీర్యశౌర్యములు వాల్మీకి చక్కగా వర్ణించెను. అంతతో నాగక అంతకన్న వీరత్వనికషపాషాణమగు పేరొకచోటి కారాణ్మని కోదండపాణిని గొంపోయెను. మిథిలలో సీతా స్వయంవరసభకు వీరాధివీరు లెందరో పోయి శివధనువు నెక్కుపెట్టలేకపోగా శ్రీరాము డాపనికి బూని అనాయాస ముగా నావిల్లు నెక్కిడి తన అమానుషవిక్రమమును యశో విస్తారమును భరతఖండ మంతటా ప్రకటించెను. ఇంతతోసహా సంతుష్టి చెందక దీనికన్న కఠినతరకార్యమునకు శ్రీరాముడు పూనుకొనవలసివచ్చెను. వివాహానంతరమున "అయోధ్యకు పోవు దారిలో నృపవైరియైన పరశురాముడు కారుమొయిలు కరణి చాపధరుడై, కాలమృత్యువో యన" నరికట్టెను.ఇరువైయొకసారి పుడమిని క్షత్రశూన్యముజేసిన మహావీరుడు, నిరుపమానవీరత్వసంపదచే గ్రాలు కార్తవీర్యుని పీచమడచిన భీమబాహాబలుడు, రాజనువానినెల్ల రాసి విడిచిన అప్రతిమ ప్రతాపవంతుడు కయ్యానికి కాలుదువ్వి హరధనువును మించిన హరిధనుస్సు నొకదాని "నెక్కిడుము లేకున్న చంపెద" నని శ్రీరామున కందించెను. అనర్ఘ రాఘవు డాధనువు నవలీల నెక్కుపెట్టి పరశురాముని మించిన వీరుడని ప్రకటించిన తోడనే "భండనప్రచండపండితుండ" వని పరశురాముడు మెచ్చుకొనెను;* [1]తనయుని అద్భుతశౌర్యమునకు లోలోన తనిసి దశరథుడు ప్రఫుల్ల చిత్తమున తనపట్టణమును చేరెను.

బాల్యమున నిట్టి నిస్తులవీరత్వసంపద గూర్చి వాల్మీకి శ్రీరాముని చిత్రించుటగాంచి అతని నతిక్రమింపనెంచి వ్యాసుడు కృష్ణలీలల కల్పించెను. పిమ్మట శ్రీరాముని గౌరవోన్నతి నిలువబెట్టదలచి కాళిదాసు రఘువంశము నంతయు వర్ణించెను. ఇందలి చిత్రము లతివిచిత్రములు, రచనా నైపుణియు అనన్యసామాన్యము. మొదట దిలీపుని చరితము, పిమ్మట దానిని క్రిందుసేయు రఘుమహారాజు చరిత్ర

వర్ణించి, కులగౌరవమును పెద్దచేసి కులముకంతటికీ కీర్తితెచ్చుటకు అతని పేర నావంశము బరగజేసెను. ఇంతతో నాగక కుల పురుషులందరిలో ఘనుడై గౌరవనీయుడైన శ్రీరాముని చరిత్ర వర్ణించెను. అప్పటికి రాఘవుడన్న శ్రీరాముడే అని రూఢిఅయ్యెను. ఒక్క రఘుకులమునకేకాక సూర్యవంశమునకే తిలకాయమానుడగు శ్రీరామచంద్రునిముందు తక్కిన రాజు లెల్ల తారలైరి; కులగౌరవమున కాతడు ఉనికిపట్టాయెను.

పృథ్వియం దేరాజవంశమూ ధారావాహికాక్రమమున ఇట్టి ఉత్తరోత్తరోత్కర్షలాభము గనుట వినలేదు చూడలేదు. దిలీపుడు, రఘువు, అజుడు, దశరథుడు, శ్రీరాముడు నొకరితరువాత నొక రయోధ్య నేలినారు. శ్రీరామునితో నావంశము పరమావధిని చేరింది. తరువాత కుశుశు, అతిథి, సుదర్శనుడు మొదలగు రాజులందరూ దివిటీముందర దీపాలై శ్రీరాముని ఉత్కర్షనే ప్రతిపాదించిరి. అతనికి సముడే లేనప్పుడు అతని మించిన వారెట్లుందురు? స్కాట్లెండ్ ఇంగ్లెండుల సీమాంత (Border) ప్రదేశీయులగు రాజుల రక్త రంజితవీరత్వ యశోగానమున సర్ వాల్టర్ స్కాట్ పరమానంద భరితుడై నట్లు రఘువంశరాజుల యశోగానమున కాళిదా సపరిమితానందభరితు డాయెను.

శ్రీరాముని నిరతిశయభుజబలము క్షాత్రతేజము నభివర్ణిస్తూ వాల్మీకి అతనియం దింకోవిధమైన వీరత్వము కల్పించెను. హరిహరధనుర్భంగములయందును రాక్షసకులనాశన మందును అతని బాహ్యవీరత్వమును ప్రకటించెనుకదా. ఈవీరత్వ సంపదచేత చాలామంది రాజులు దిగ్విజయ మొనర్చి యశస్సాంద్రులైరి. అందుచేత శ్రీరామునియం దింకొక ఉత్కర్ష నుంచెను. అందు భరతఖండమందలివీరులే కాక ప్రపంచమందలి వీరులెల్ల అతనికి తీసిపోవుదురు. అది అభ్యంతరిక వీర్యము, దానిని వాల్మీకి రామాయణము మొదటిభాగమున వర్ణించనేలేదు. రెండురకముల వీరత్వమును గూర్చి ముచ్చటింతాము.

అసుర వీరత్వము

ఆర్యసాహిత్యమున మనుష్యత్వ మెట్లు చిత్రింపబడినదో చూచితిరి కదా ? పశువుతో సమానుడు కాక తద్వృత్తి నతిక్రమించినవానికే మనుష్యత్వ మలవడుతుంది. పశువువలె కామక్రోధాదులకు వశుడై మానవుడు మతి పోగొట్టుకొంటే ఆతడు పశుతుల్యు డౌట నిస్సందేహము. ఇంద్రియనిగ్రహము కావించినవాడు పౌరషవంతుడగు మానవుడౌను, చూడండి;

కామక్రోధ సమాయుక్తో హింసాద్వేష సమన్విత:
మనుష్యత్వా త్పరిభ్రష్ట స్తిర్యగ్యోనౌ ప్రసూయతే
తిర్యగ్యోన్యా: పృథగ్భావో మనుష్యార్థే విధీయతే.
.... భారతము.

లోనిశత్రువులకు లొంగిన నరుడు
మానుషత్వము నేది మను పశువౌచు
జంతుజన్మము వీడ జను మానవునకు.

ఇందుకు నహుషుడు ప్రమాణము. వేదాంతము (ఉపనిషత్తు) లందు సూక్ష్మరూపమున సూచింపబడిన ఈ విషయము పురాణములందూ కావ్యములందున్నూ స్థూలరూపమున విశదీకరింపబడింది. స్థూలకల్పన ప్రత్యక్షప్రతీతి చెందుతుంది గనుక తత్సంస్కారము మనస్సులో నిలుస్తుంది. అందుకే రాజర్షియైన నహుషుడు రిపుషట్కమునకు లొంగుట చేత స్వర్గభ్రష్టుడై సర్పమై జన్మించెను. శచీదేవి నభిలషించి అధికార మదము తలకెక్క సప్తర్షులచేత పల్లకి మోయించి నందుకు అగస్త్యుని శాపమను ప్రతిఫలము ముట్టింది.

అంతశ్శత్రుప్రాబల్యమూ తన్మూలమున గలిగే అధ:పతనమున్నూ ఓరోపీయ వియోగాంతనాటకములయందున్నూ ఐతిహాసిక వీరులయందున్నూ కనబడును. ఆ నాటకముల యందలి ముఖ్యపాత్రములు అరిషడ్వర్గపాటవమునకు లొంగి

ఉన్మాదులై నరరూపరాక్షసు లనదగి ఎట్టి దుష్కార్యముల నాచరించిరో ఒకటో ప్రకరణమందు వివరించినాము. ఆ ఖండమున ఆ నాటకముల ప్రభ హెచ్చి ఆ పాత్రములకు గౌరవ మెక్కువాయెను. అట్టివారే వీరులని ఆ ఖండవాసుల అభిప్రాయము. జనుల కల్పనాప్రపంచమున నెట్టివాళ్ళు కుదుట పడతారో వారికే సాహిత్యమున చోటు దొరుకును. దానిని పఠించువారు ఆ వీరుల చూచి రోతపడక పైపెచ్చు వారినే ప్రశంసింతురు. లోభాంధవశత మేక్‌బెత్ రాణి వీరవనిత యైనది. కామద్వేషములు కన్నుగప్ప ఒథెలో యున్నూ, కౌశలవ్యూహమును పన్ని ఇయాగోయున్నూ వీరులైరి. వియోగాంతనాటకములయందలి వీరు లందరూ ఇట్టివారే!

ఈనాటకములయందు ప్రతిష్ఠింపబడిన వీర్యమే ఇతిహాసములయందెల్ల గౌరవింపబడుతూన్నది. కామపిపాసాపీడితులై, సర్వగ్రాసియైన లోభలాలసకు లొంగి అహంకారమదమున పృథ్వియెల్ల తుచ్ఛమని భావించి, అత్యాశాపరతంత్రత రణావేశులై, విజయోల్లాసమున దానవుల విడంబించి దేశమందెల్ల రక్తస్రోతముల ప్రవహింపజేసి నిజప్రభుత్వమును స్థాపించినవీరులే విఖ్యాతయశులై సర్వజనాదరణీయులయినారు. సికందర్, సీజర్, నెపోలియన్, హానిబాల్ ప్రముఖు లిట్టివీరులే; వీరే వియోంగాతనాటకముల నాయకులకు మేలుబంతులు. వీరందరూ పృథ్వీమండలమున రక్తవాహినుల ప్రవహింపజేసిన వారే. ఆర్యసాహిత్యమందుకూడా అసురు లప్పుడప్పుడు ప్రాదుర్భవించి క్రామక్రోధాదులకు వశులై పృథ్వీపై రక్తవృష్టుల గురిపించిన ట్లున్నది. వియోగాంతములయందలి వీరులకును ఆర్యసాహిత్యమందలి అసురులకున్నూ కొంచెమైనా తేడా లేదు, కాని సాహిత్యమందు వీరికి కలిగెడు గౌరవమున సేవాభేద మున్నది. పాశాత్యవీరులు దేవోపములై ఆయా జాతులకెల్ల తలమానికంబుల (Heroes of the Nations)ని సదా గౌరవింపబడుచుండ అసురుల దర్పము చూర్ణీకృతమై, గర్వము ఖర్వమై, లోభము నివారితమై, తేజస్సు ఉపసంహృతమై, ప్రభుత్వప్రతాపములు నామావశేషము లయ్యెను. శ్రీరాముడు శ్రీకృష్ణుడు

మొదలగు దేవాంశసంభూతులు వారిమద మణచిరి. షడ్రిపుప్రాబల్యమున మానవులకు సంక్రమించిన ఆసురవీర్యమును నాశముచేయు సామర్థ్యము ఇంద్రియ యనిగ్రహవశమున దేవత్వము సాధించిన వీరులకే కలదు.

వియోగాంతనాటకములయందలి నాయకులూ, పాశ్చాత్యసాహిత్యమందలి వీరులూ, ఆర్యసాహిత్యమందలి అసుర నాయకులున్నూ ఒక్క అచ్చున పోసిన బొమ్మలని చెప్పితిమి కదా. వీరిలో నొకరిచరితము చదివితే చాలు; తక్కినవారి చరిత లామచ్చుగానే ఉండును. ఆర్యకవివరేణ్యు లీగుణముల నెల్ల కేంద్రీకరించి మహాభారతమున దుర్యోధనుని శ్రీమద్రామాయణమున రావణునీ చిత్రించిరి. భోగపరాయణత క్షణక్షణప్రవర్ధమానమై నరుని వశపర్చుకొను ననుటకు లోభవాగురుల జిక్కి దాయలకు సూదిమొన మోపునంత ధరణి నొసంగని దుర్యోధనుడు సాక్షి; ఇంద్రియలాలస పెచ్చు పెరిగి మానవుని నశింపజేయు ననుటకు రావణుడే దృష్టాంతము. ఈరెండుపాత్రముల నతినిపుణతతో నిర్మించి అంతతో నూర కుండలేదు. ఆ వీరులచరిత్రము మాత్రమే పఠించుటవల్ల విష ఫలము ప్రాప్తించితీరును. పాపచరితములనే పఠించుటచేత కల్పనాశక్తి పంకిలమగును; అందుచే వీటికి ప్రతిగా వేరొకజాతి వీరుల చిత్రించిరి. ఆధర్మవీరులు తమ ఉజ్వలాలోకమహిమచే పశువీరుల అంధకారమున అణగద్రొక్కి, వారే చదువరుల కల్పనాశక్తి నాకర్షించి, దానిని ధర్మస్యూతముగా నొనరింతురు. ఈ వీరులే మన కావ్యములందు ఇతిహాసములందును నుతిగన్నవారు. రావణదుర్యోధనుల చరితములు మాత్రమే చదివినవారికి ఐరోపీయవీరుల చరితములు చదివిన ఫలమే చేకూరును, కాని భారతరామాయణములు సాంతముగా చదివిన వారి కల్పనాశక్తి దోషసంకలితము కానేరదు.

పాశ్చాత్యసాహిత్యమున షార్ల మేన్, సికిందర్, సీజర్, నెపోలియన్, ఫ్రెడెరిక్, ఐదవచార్లెస్, తైమూర్ మొదలగు వారు దిగ్విజయములు చేసి ఘనత కెక్కిన మహావీరులు. ఆర్య సాహిత్యమందున్నూ ఇట్టివారు లేకపోలేదు - రఘువు,

శ్రీరాముడు, పాండురాజు, అర్జునుడు, కర్ణుడు మొదలగువారుకూడా దిగ్విజయ మొనర్చినారు, కాని యీ రెండు తెగలవారియందు తేడా యున్నది. రఘుమహారాజు విశ్వజిద్యాగమునకును శ్రీరాము డశ్వమేధముకోసము, పాండవులూ కర్ణుడున్నూ రాజసూయముకొరకున్నూ దిగ్విజయ మొనర్ప, ఐరోపీయులు లోభమునకు వశులై సర్వమూ కబళించుటకు రక్తప్రవాహములు కల్పించిరి. దిగ్విజయమువల్ల ఆర్జించిన ధనము నార్యులు యాగములందు దానముజేసిరి. పారమార్థికచింతతో కావించిన ధనసంగ్రహ మంత నింద్యము కాదు.

బ్రహ్మక్షత్రియ వీరత్వము

యుద్ధము లేకుంటే పురుషునకు ప్రతిష్ఠ రాదు, విజయుడు కాకున్న వీరునకు వికాస ముండదు - యౌవనమున రిపుషడ్వర్గము ప్రబలియుండునప్పుడు జితేంద్రియులు సంయములు నైన ఆర్యులు తపోబలసాహాయ్యమున దానిని జయించి అభ్యంతరిక వీరత్వమును ప్రతిష్ఠించుచుండిరి. ఈ సమరమున వారిచిత్తమున కేకాగ్రత ఇంద్రియముల కేక నిష్ఠయు చేకూరి విజయమును వారికి కరగత మౌనట్టులొనర్చు చుండెను. తపశ్శక్తిచేత వారికి జయము లభింపగా వారు బ్రహ్మవీరులై దేవత్వము నార్జింపగలిగిరి. అధ్యయనము దమము, ఆర్జవము, ఇంద్రియనిగ్రహము, సత్యమున్నూ బ్రాహ్మణునకు నిత్యధర్మములై యుండెను. అంతర్యజ్ఞానుష్ఠాన మొనర్చుచున్న నారాయణుడు పాశవప్రకృతిసిద్ధములగు అంతశ్శత్రువు లను పశువుల బలియిచ్చినట్లు సామవేదమున చెప్పబడింది. ఈ యంతర్యాగము (సమరము)న జయము లభించుటచేత బ్రహ్మవీర్యము ప్రకటిత మవును. యౌవరాజ్య పట్టాభిషేకమునకు సిద్ధపడుచున్న రామభద్రు డెక్కడ? అతని కరణ్యావాసశిక్ష యెక్కడ? మహైశ్వర్యము, రాజభోగములు - వీటియెడ స్రీరామున కెంతలో నిస్స్పృహ జనించెను, ఎంతలో నారచీరలు గట్టి ఆ యువరాజు అడవికి పోవు టకు సిద్ధపడెను! పదునాల్గేళ్ళు నాతిగల బ్రహ్మచర్యము

ననువర్తించి ధర్మైకనిష్ఠుడై బ్రహ్మవీరత్వ పరమావధి నెట్లు చేరెనో యోచించండి! అరిషడ్వర్గము కానీ, రాజభోగములు కానీ ఆతని చిత్తమునకు చాంచల్యము కల్గించెనా? బ్రహ్మచర్యనిష్ఠకు ఉత్కృష్టోదాహరణమైన భీష్ముడు బలవిక్రమ సంపద నద్వితీయుడైన మహావీరుడు. ఆజన్మబ్రహ్మచర్యము ననుష్ఠించిన శ్రీశుకుడు అమానుషసంయమమున కే కోదాహరణము. సనాకాదుల బ్రహ్మచర్యనిష్ఠ క్షత్రియులయందున్నూ కనగలము - హిందువులం దసంఖ్యాకులగు బాలవితంతువులు బ్రహ్మచర్యము సల్పి మహాశ్వేతవలె భగవంతున కాత్మసమర్పణ మొనర్చు చున్నారు. ఇట్టి సంయమమే హిందువుల కబ్బిన మహాశక్తి. శ్రీరాముడు నిజపౌరుషము క్షత్రియ శౌర్యము నెరిగినవాడు కావుననే సీతతోగూడ వనవాసము చేయ సిద్ధపడెను. బ్రహ్మచర్యానుష్ఠానమున కావశ్యకమగు ధైర్యము, ఇంద్రియనిగ్రహము, సహిష్ణుత, సీతను రక్షించుకొన గలనను నమ్మకమూ కలవాడు కావుననే దండ కాటవికి ప్రయాణించినాడు. వనవాసమువల్ల అభ్యంతరికబలమూ క్షాత్రవీర్యమూ ప్రకటితము లాయెను.

శ్రీరామునియందు బ్రహ్మక్షత్రవీరత్వములు రెండూ ప్రాధాన్యము చెందెను. అరిషడ్వర్గము నదిమి అంతరింద్రియములను వశపరచుకోవడముచేత బ్రహ్మవీర్యమూ, బాహ్య శత్రువుల నదిమి బాహ్యేంద్రియముల వశపరచుకోవడమువల్ల క్షాత్రవీర్యమున్నూ ప్రకటితము లాయెను. కామక్రోధాదులు ప్రబలమూర్తుల ధరించి రావణదుర్యోధనరూపముల పృథ్వి నెల్ల అడలగొట్టి భూభారము నభివృద్ధి నొందించగా, వారిని నిర్మూలించి జయము గాంచడము క్షాత్రవీర్యము - ఇది బాహ్య సమరము, మన పురాణములయందు విస్తృతరూపమున వర్ణింపబడింది. శ్రీరామచంద్రుడు తన పౌరుషము నిలువబెట్టుకొనుటకున్నూ భూభారము తగ్గించుటకున్నూ రావణునితో యుద్ధ మొనర్చి కుల నిర్మూలము చేయడమువల్ల అతనిపే రాచంద్రార్కము సంస్మరణీయ మవుచున్నది. వనవాసదీక్షయం దాతని వశిత్వము వన్నె కెక్కినదని చెప్పితిమికదా?

ఈ ద్వివిధవీరత్వ మాతని కలవడుటకు అతని విద్యాభ్యాసము తపశ్చర్యమున్నూ ముఖ్యహేతువులు. అతనియందు ధైర్యము, శాంతి, విద్యాబుద్ధు లున్నట్లే అధ్యవసాయము, సాహసము, కర్మనిష్ఠ, వీరత్వమున్నూ కలవు. దశరథుని యందలి ధర్మపరాయణత, సత్యవ్రతమూ చూచి, వసిష్ఠాది ఋషులు తనకు నేర్పిన సంయమబలముచేత వినయసంపన్నుడై బ్రహ్మవీర్యప్రాప్తికి యోగ్యుడయ్యెను; అనన్యసామాన్యబల విక్రమసంపన్నుడై ధనుర్విధ్యాపారంగతు డౌటవల్ల క్షాత్ర వీర్యమున కునికిప ట్టాయెను. పూర్వకాలమున మనలో క్షత్రియుల కీరెండురకముల శిక్షయూ ఒసగుచుండేవారు, కావుననే రాజర్షు లనేకులు వెలువడుచుండిరి. సంజయుడు పుత్రశోక కాతరహృదయుడై యున్నప్పుడు తపస్స్వాధ్యాయ నిరతుడైన నారదమహాముని ఆరాజర్షుల ఇతిహాసములను వివరించి అతనికి చిత్తశాంతి చేకూర్చెను.

క్షత్రియులలో ననేకులు బ్రహ్మవీర్యసంపన్ను లైనట్లే పరశురాముడు, ద్రోణుడు మొదలగు బ్రాహ్మణశ్రేష్ఠులు క్షాత్రవీర్యము నార్జించి యశస్సంపన్ను లైరి. ముచుకుందు డను రాజశ్రేష్ఠుడు ఒక వంక మంత్రశక్తి, తపోబలమూ, వేరొక వంక అస్త్రబలము, బాహుబలమున్నూ ఊతగా గొని ప్రతాపార్జిత పృథ్వీఖండమును పాలిస్తూండెనని భీష్ముడు చెప్పెను. ప్రజాపాలనమున వసిష్ఠుని బ్రహ్మబలము ముచుకుందుని క్షాత్రబలమునకు సహాయ మవుచుండెనట. వాస్తవముగా అప్పటి హిందూరాజులకు రెండుతెరగుల బలమూ ఆవశ్యకమై యుండెను. "అనలున కనిలుడు సాయపడితే అరణ్యమంతా అరగడియలో దగ్ధమగులాగున బ్రాహ్మణులు క్షత్రియు లేకమైనయెడల శత్రుచయము నంత మొందింప వచ్చు"నని సనత్కుమారు డన్నాడు. శ్రీరామునియం దిట్టి రాజాదర్శము చిత్రింపబడెను. యూరపుఖండమున నిట్టి యాదర్శ మెక్కడిది? రోము రాజ్యము వీడి కొందరు రాజులు సరళజీవయాత్ర సల్పినారు, కాని అది రాజ్యాభిషేకసమయమున కాదు. శ్రీరాముని సంయమము తపోబలమును వేరొకచోట కానరావు. అతని కతనే సాటి.

వీరత్వమున సమరము రక్తపాతము

బ్రహ్మవీర్యము, క్షాత్రవీర్యము, అసురవీర్యము - ఈ మూడురకాల వీరత్వము ప్రదర్శించుపట్ల ఒకానొకప్పుడు రక్తపాత మావశ్యక మగును. బ్రహ్మవీర్య మార్జించునెడ కొన్ని వేళల ఘోరసంగ్రామ ముపస్థితమై అందు రక్తపాత మావహిల్లును. తపశ్శక్తియందు కర్తవ్యనిష్ఠ, బుద్ధిబలము, విక్రమమున్నూ చూపట్టును. ఇట్టి కర్తవ్యపాలనమున తత్పరుడై శిబిచక్రవర్తి డేగనోటనుండి పావురమును రక్షింప నుద్యమించెను. అతనికర్తవ్యనిష్ఠ ధర్మ తేజ:ప్రాబల్యము నందు గాంచవచ్చును. ఆతని చరితము చదువునప్పు డదిసత్యమా కాదా అను ప్రశ్న పుట్టనే పుట్టదు. అతని త్యాగము, తపస్సు, కర్తవ్యనిష్ఠ, ధర్మపరాయణతయున్నూ మానసముల నలరించ కల్పనాశక్తి ప్రబలమై వివేచనాశక్తిని మరుగుపరుచును. ధర్మ తత్పరత సర్వవ్యాపి యగును. కావ్యకల్పనమున ఇట్టి ఇంద్రజాలప్రభావము ననుభవింపచేయడము పాశ్చాత్యకవులకు చేతకాదు. మానవ చరితమున ధర్మతేజ:ప్రభావ మెంత యున్నతి చెందునో, వీరపటిమ ఎంతవరకూ పెరుగునో ఆ కవు లూహింపలేకపోయిరి. అందుచేతనే షేక్స్పియర్‌కి తగిన వీలు చిక్కినా ఇంతటి మహత్తు కల్పించలేకపోయెను. డేగను బోలు షైలాక్ పట్టెడు మాంసఖండమును లోభించునప్పుడు కవి రక్తపాతము కావింపనేరకపోయెను. కారణ మేమన కావ్యప్రారంభమునుండీ కవి ధర్మానురాగము జొన్పనే లేదు. అందుచేత ఆ ఘటనాపరంపరయందు రక్తము స్రవించినా అది యాత్మబలి కానేరదు. అందుకే మారువేషమున పోర్షియాను ప్రవేశపెట్టి రంగరహస్యమును కల్పించి కావ్య కల్పన సమాప్త మొనర్చెను.

రక్తపాతము చూడదలచినవారు పరశురాముని మాతృహత్య చూడండి - అతడు మాతృహత్య కెందుకు కడంగినాడు? పితృవాక్య పరిపాలనమునకే కదా ? మన శాస్త్రములయందు కర్తవ్యాదేశము రెండు విధములు - శాస్త్రాదేశ మొకటోది,

గురుజనా దేశము రెండోది. శాస్త్రాదేశము రెండింటిలో బలవత్తరము. శాస్త్రజ్ఞానపటిష్ఠ చేకూరేదాకా గురుజనాదేశము నిర్వహించి తీరవలెను, అంతవరకూ పిత్రాజ్ఞ అవశ్యాచరణీయము. దీనిని దృష్టాంతీకరించుటకు పరశురాము డట్లొనర్చెను.*[2] బ్రహ్మతేజము పరశురాముడై అవతరింప క్షాత్రతేజము శ్రీరాముడై అవతరించెను. బ్రహ్మతేజ మాభ్యంతరిక సమరమందున్నూ క్షాత్రవీర్యము బాహ్యసమరముననూ ప్రజ్వరిల్లునని చెప్పియుంటిమి. అందుకే బాహ్యసమరమున పరశురాముడు శ్రీరామునకు తీసిపోయెను.

ధర్మార్థము బలిదానము

ఆర్యసాహిత్యమున వృథారక్తపాత ముండదు, రక్తస్రావ మున్నచోట్ల ధర్మనిర్వహణ ముండితీరును; దేవకార్యార్థము చేసిన రక్తపాతము "బలి" అనిపించుకొనును. బలిదానము పవిత్రకర్మ అని షేక్స్‌పియర్ కూడా ఒప్పుకొన్నాడు. సీజరును చంపవలెనని లోభముగ్ధుడై కాసియన్ రోమనువీరుల కుచక్రము (Conspiracy) లేవదీసెను. తన చాతురి వినియోగించి బ్రూటసునుకూడా మందలో చేర్చెను. అతడు చేరుకున్న ఆకార్యమునకు గౌరవము చేకూరదని కాసియ సెరుగును, బ్రూట్ర సాకర్యము ధర్మనిబద్ధము కావున బలియగునని వారి కిట్లు బోధించెను: _

"Our course will seem too bloody, Caius Cassius,
To cut the head off and then hack the limbs.
Like wrath in death and envy afterwards;
For Antony is but a limb of Caesar:
Lat us be sacrificers, but not butchers, Caius.
We will stand up against the spirit of Caesar;
And in the spirit of men there is no blood:

* * * * *

Let us carve him as a dish fit for gods
Not hew him as a carcass fit for hounds
* * * This shall make
Our purpose necessary, and not envious;
Which so appearing to the common eyes,
We shall be called purgers, not murderers*[3]

ధర్మసంస్థాపనమునకై ఒనర్చిన రక్తపాతము అవశ్యం భావి అవుతుంది కాని విద్వేషవశమున నొనర్చే దట్లు కాదు; రామ రావణయుద్ధము కురుక్షేత్రసంగ్రామము నిందుకు ప్రశస్తమైన దృష్టాంతములు. రక్తపాతమును తప్పించుటకు శ్రీరామునిపక్షమున అంగదుడూ, రావణునిపక్షమున విభీషణాదులూ, పాండవపక్షమున శ్రీకృష్ణుడూ కౌరవపక్షమున భీష్మాదిధర్మపరాయణలూ ఎన్నో ప్రయత్నములను కావించిరి, కాని అవి నిష్ఫలమాయెను. పోరుపొసగక సీతనొసంగనని రావణుడూ "వాడిములు మోపిమనంతైన వసుధ" నివ్వనని రారాజు పట్టుబట్టిరి కావున యుద్ధ మావశ్యకమాయెను.

షేక్స్పియరునాటకమున యుద్ధమా కాలేదు, సీజరును వధించుట అత్యావశ్యక మూకాదు. అతని వధింప కాసియస్ మొదలగువారు దళబద్ధులై దృఢప్రతిజ్ఞ కావించుకొనిరి. వారి యుత్తేజనమునకు మూలమగు చిత్తవృత్తి యెట్టిది? "మనము చేసేపనిలో క్రోధముగాని హింసగాని ఉండరాద"ని బ్రూట సన్నాడు. ఆక్రూరకృత్యముపైని ధర్మమను తెరవేసి క్రోధమున్నూ హింసయూ దాచవలెనని బ్రూటస్ యత్నించెను. సీజరును ధర్మమునకు బలిగా నొసంగుచున్నామని జను లనుకొనవలెనని ఆతని తలంపు. ఆతని చిత్తవృత్తి స్వదేశాభిమానముచేత ఉత్తేజితమైనదట! కాసియస్మాటో? లోభహింసావేశులై ఆతడున్నూ మరికొందరు వీరులున్నూ సీజరును చంపదలచినారని బ్రూట సెరుగునా? ఎరుగడు. "ఎలాగో బ్రూటస్ మనలో కలిసినాడు. అతడేమి చేసినా చేయకపోయినా సీజరుచావు

తప్పదు" అనుకొని కాపురుషు డైన కాసియస్ కసాయివానిలాగు చెల రేగి సీజరును చంపెను. "దీన నందరు వైరప్రధానమనరు, మనపని అవశ్యకర్తవ్య మనుచు దోచు"అని బ్రూటస్ సమాధానమిచ్చెను. ఇది సరిగా నున్నదా? సీజరును చంపకుండా దేశమునకు హితముకూర్చు మార్గములను అత డాలోచింపనేలేదే! మొదటనే చంపనిశ్చయించి పిమ్మట ప్రజల కెట్లు సమాధాన మివ్వవలెనో ఆలోచించుకొనెను. ఇట్టియెడ రక్తపాత మావశ్యక మని నిర్ణయించడ మేలాగు? కావున ఈరక్తస్రావ మవశ్యంభావి కాదు, అది బలి యనుట వట్టి భ్రాంతి.

ఇట్టివృత్తాంతములే గ్రీకువియోగాంతనాటకములకు ఉత్పత్తిహేతువులు. ధర్మార్థము బలి నొసంగడమే ఆధారము చేసుకొని వియోగాంతనాటకము లుత్పన్నము లాయెను. ఈస్కైలస్, యూరిపిడీస్ అను గ్రీకుకవుల నాటకము లిట్టివే. ధర్మార్థము బలినొసంగుట ధర్మగౌరవహేతువనే వారి యూహ - అట్టి బలి నొసంగకూడ దని ఆర్యసాహిత్యమూ అనదు. కర్ణుడూ శిబిన్నీ ఆత్మజులను బలియిచ్చుటకుకూడా వెనుదీయలేదు - ఇట్టిసందర్భముననే మయూరధ్వజుడు తన దక్షిణబాహువును అతిథికి కోసియిచ్చెను. ఇట్టి రక్తపాతము మనసాహిత్యమున మాయాకల్పిత మనబడును. ఇందు బలియైనవారు పునర్జీవులైరి - ధర్మమునకు గౌరవ మాపాదించడము కోసము భగవద్భక్తి నభివృద్ధిచేయడమునకూ ఇట్టి అలౌకిక వ్యాపారములు మనపురాణములయందు కల్పింపబడినవి. వీటి మూలాన భక్తులభక్తి పరీక్షచేయబడడమేకాక భగవంతుని మాహాత్మ్యముకూడా ప్రకటింపబడును.

గ్రీకుసాహిత్యమందలి ధర్మబలికి పునర్జీవప్రాప్తి లేదు. అదుంటే నాటకము వియోగాంతము కాదు. వియోగాంత నాటకాలకు తుదను నిర్దయాజనితమైన రక్తపాతముండవలెను. దానివల్ల మనస్సులో దడపుట్టునా, లేక ధర్మగౌరవముచేత ఒళ్ళు పులకరించునా? వియోగాంతమున రక్తపాత మావశ్యకమా కాదా అనునంశ నిదివరకే చర్చింపబడింది.

వీరుని ప్రతిజ్ఞా బలము

ఆర్యుడు ధర్మరక్షణార్థము తనకు కర్తవ్యమయిన దొనర్తునని దృఢప్రతిజ్ఞ చేసి సంకల్పసిద్ధు డగును. బ్రాహ్మణులయొక్కయు క్షత్రియులయొక్కయు మనుష్యత్వమున కీ ప్రతిజ్ఞాబలమే నిదర్శనము. ఇట్టికార్యము లార్యసాహిత్యమున పేనపే లున్నవి. మానవునకు మనుష్యత్వమూ వీరునకు వీరత్వమూ సిద్ధించడమున కిదే మూలము. కర్తవ్యప్రతిపాలన మందు బ్రాహ్మణు డెన్నడూ పరాఙ్ముఖుడు కాలేదు. పితృభక్తిప్రేరితుడైన పరశురాముడు పితృవధప్రతిశోధప్రతిజ్ఞచేసి క్షత్రియరక్తమున పితృతర్పణ మొనర్చి కృతకృత్యుడయ్యెను. ప్రతినపట్టినవా రెంత దుర్ఘటమైన కార్యమైనా నెరవేర్చితీరుతారు; చెరనున్న సీతను ముక్తురాలను చేయడముకోసము శ్రీరాము డెన్ని అసాధ్యపు పనుల నెరవేర్చెను! తండ్రిని తనియింప ప్రతినపట్టి భీష్ముడు రాజ్యమును భోగములున్నూ విడిచి యావజ్జీవబ్రహ్మచర్య మాచరింపలేదా? అర్జునుని వధింతునని కర్ణుడు ప్రతినపట్టిననాడు పాండవు లెంత గడగడ లాడిరి! ఆప్రతిజ్ఞ కోసమే బ్రహ్మాస్త్రము సంపాదింపవలెనని ద్రోణు నాశ్రయించి అవమానింపబడి మహేంద్రగిరినున్న పరశురామునికి శిష్యుడై పూనికతో నతని సేవించి, మెప్పించి ఎంతోకష్టముతో దాని నాతడు సంపాదించెను. అర్జునుడో, కర్ణుని వధింతునని ప్రతిజ్ఞచేసి శివునర్చించి పాశుపతమున్నూ దేవతల దర్శించి మరికొన్ని అస్త్రాలున్నూ సంగ్రహించెను. అభిమన్యువధానంతరము సూర్యుడస్తమించకుండా జయద్రథు (సైంధవు)ని చంపెదనని అర్జునుడు ప్రతిజ్ఞచేస్తే ఇరు వాగుల వీరులు మానసములూ తల్లడిల్లెను. అది నెరవేరకుండా కౌరవు లెంత ఆయోజన మొనర్చిరి! దుశ్శాసనుని గుండె పగులగొట్టి రక్త పానము చేయుటవల్ల భీముడు, ద్రోణవధచేత ధృష్టద్యుమ్నుడూ, ఉపపాండవుల జంపి అశ్వత్థామా నిర్వర్తితప్రతిజ్ఞులయినారు. ప్రతిజ్ఞాబద్ధుడౌటనే హంసధ్వజుడు తనకొడుకు సుధన్వుని కాగుచున్న నూనెలో తోసెను. ఈవిషయములం దెల్ల రక్తస్రావమున్నా మానవప్రతిజ్ఞాపాటవము స్థిరపడుచున్నది. ఇట్టిశక్తి వీరులయం

దుండునంతవరకూ దేశము సురక్షితమని యెంచవచ్చును. పూర్వకాలపు క్షత్రియుల యందూ బ్రాహ్మణులయందున్నూ ఈశక్తి ప్రబలముగా ఉండేది. ఇప్పుడది సన్నగిల్లి పటిమ పల్చనైయింది - ప్రతిజ్ఞా బలముచేతనే వీరునకు వీరత్వము, మానవునకు మనుష్యత్వము సిద్ధించును.

రక్తపాతములేని సత్యపాలనము

సత్యవాక్పాలనమున ప్రతిజ్ఞాప్రాభవ ముంది. శ్రీరాముడు వనవాసదీక్ష గొని కొంచెమైనా జంకినాడా? పితురాజ్ఞా పాలనమే విధి అని యెంచిన ఆతనియందు తల్లిగాని, భార్యగాని, బంధువులుగాని, కులగురువుగాని యించుకైనా బిగువు తగ్గింపగల్గిరా? భరతుడెంత బతిమాలినాడు! శ్రీరాముడు వ్రతభంగము సల్పెనా? ఇట్టి దిట్టతనమునకు ధర్మనిష్ఠయే కదా కారణము! ఆనిష్ఠచేతనే రాజభోగములవీడి వనముల కేగెను. రాజ్యసుఖములు తుచ్ఛములని భావించుటలో నిస్స్పృహ, పదునాల్గేళ్ళు వనవాసము చేయుటలో చిత్త స్థైర్యమున్నూ స్పష్టము కాలేదా? సుఖము, కోర్కె, భోగమున్నూ విడిచిపెట్టుట అనితరసులభకార్యము కాదా? సత్యపాలనమున కిట్టి మనోదార్ఢ్యమే కావలయును. విధినిర్వర్తనమున శ్రీరాముని హృత్పాటవము కనవలెనంటే సీతను వనముల కంపునపుడు చూడండి - ప్రజాపాలనము చేయుచున్న రాజునకు తనకోర్కెల కొనసాగజేయు ఆవశ్యకత యెక్కడిది? తనసుఖములను త్యజింపవలయు, ప్రజలయానతి మన్నింపవలయును, అందుకే సీతనుకూడా పరిత్యజించెను. ఇదే రాజ నీతికి ఉత్కృష్టాదర్శము, అసమాన రాజధర్మము. కావుననే ప్రతిజ్ఞానిర్వహణనిష్ఠుడై దశరథుడు శ్రీరాముని వనముల కంపి తాను మృతుడాయెను, రాజధర్మనిష్ఠుడై శ్రీరాముడు సీతను వనములకంపి తాను మృతప్రాయుడాయెను. తండ్రికి తగిన కొడుకు! తనభార్యకిచ్చిన వరములు దశరథుడు క్రమ్మరింప గలడు, కాని అట్లు చేయనొల్లడాయెను.

సత్యపాలన సామాన్యవ్రతము కాదు. బాసయిచ్చినది స్త్రీకైన నేమి, పురుషునకైన నేమి, దేవునకైన నేమి? అది నిల్పుకొనుటే సత్యవ్రతి కావశ్యకము, అదే ఆవ్యక్తికి జీవనము. సర్వసామాన్యములయిన విషయములందుకూడా యుధిష్ఠిరుని సత్యనిష్ఠ విదిత మగుచుండును. జూదమున రాజ్యసర్వస్వము నాత డోడెను - రాజ్యమే కాదు - ఐశ్వర్యము, సోదరులు, ధర్మపత్నియు పరుల పాలాయెను. పిదప పన్నెండేళ్ళు వనవాసము చేయుటకు పందెమొడ్డి అదీ వీగి అంతా విడిచి అరణ్యమున కేగెను. ఎందుకు ? సత్యవాక్పాలమున కేనా? ధర్మరా జొక ప్రతిజ్ఞ జేసెనా, దానికి భంగము రాకూడదు. ప్రపంచమంతా తారుమారైనా అత డన్నమాట తప్పడు. శ్రీరాముడు విజయ మొందిన ఆంతరికయుద్ధమును తుములముగా రచించుటకే వ్యాసుడు ద్రౌపదీవస్త్రాపహరణము కల్పించెను. అట్టి ఘోరయుద్ధమున కూడా ధర్మరాజు స్థిరుడై నిలిచెను. తనసర్వస్వ మొకకడ, సత్య మొకకడ నుండ ధర్మజుని మనమున యుద్ధము ప్రారంభించెను, అం దాత డచలుడై నిలిచెను. ఈయుద్ధమున స్థిరుడౌటచేతనే అతనికి యుధిష్ఠిరుడని పేరువచ్చెను. శత్రుసభయం దాతని సామర్థ్యము పరీక్షింప బడెను, ఆత డుత్తీర్ణుడై సత్యవాక్పాలనాజయఘోషము చెలగజేసెను.

రక్తపాతములేని బ్రాహ్మణప్రతిజ్ఞాపాలనము

గురుదక్షిణ అర్పించుటకు బ్రాహ్మణులు పలుబాముల పడవలసివచ్చింది. బ్రహ్మచర్య మాచరించుతూ విద్యాభ్యాసమొనర్చునపుడు శిష్యుని కెట్టిధైర్యము, ఎట్టి సంయమము, తితిక్ష అలవడ్డవో పరీక్షించుటకు పూర్వకాల మందలి గురువులు దుస్సాధ్యమైన గురుదక్షిణ కోరుచుండేవారు. తపోధనుడగు ఉతంకుడు గురుదక్షిణ నిచ్చుటకు గౌతమ మహర్షి ఆజ్ఞానుసారము అహల్య చెంతకేగెను. ఆమె ముందు వెన్క లారయక సౌదాముడను రాజు పట్టపురాణి కర్ణకుండలద్వయమును తెచ్చి యిమ్మనెను. తదాజ్ఞానుసారము ఉతంకుడు ఎట్టికష్టములకు లోనయ్యెనో మహాభారతమున అశ్వమేధపర్వమున విశదముగా

వర్ణింపబడినది. అబోధుడగు ఆబ్రాహ్మణవటువు గౌతమమహర్షి కృపచేతనూ తన తపోబలముచేతను వసిష్ఠుని శాపవశమున రాక్షసిరూపము ధరించిన ఆమహారాణి కర్ణకుండలముల నతికష్టమున సంపాదించి గురువుగారి ఆశ్రమమునకు తిరిగి వచ్చుచుండ ఆకుండలముల నొకపాము నాగలోకమునకు ఎత్తుకొనిపోయెను. ఆతడు ధైర్యము విడువక వాటిని తిరిగి సంపాదించి అహల్య కర్పించెను. గురుకులమున నాత డభ్యసించిన ఆంతరికబలము తత్కాలినకార్యనిర్వహణమున వినియోగపడుటచేత అతడు కృతార్థు డాయెను. ఇట్టి ఉదాహరణము లెన్నో కలవు.

మహాకావ్యములయందలి వీరత్వము

ఆర్యసాహిత్యమున నన్ని తెరగుల వీరత్వాదర్శము లున్నవని రామాయణ భారతములు చదివినా రెరుగగలరు. ఈచిత్రములను పేర్వేర వివరించిన నొక్కొక్కగ్రంథ మగును. వాటికి వ్యాఖ్యాన మొనర్చుట కీచిన్న పుస్తకము చాలదు. ఒక్కభారతమందే ఇవి కుప్పలుగా నున్నవి. మన వాఙ్మయమున ప్రేమమాధుర్య మున్నట్లే వీరత్వమందలి తేజస్సూ కలదు. సరస్వతీనదివలె ప్రేమ శాంతరూపమున ప్రవహింప, వీర్యతరుంగిణి బ్రహ్మపుత్రానదివలె గర్జిస్తూ ప్రవహించును. కాళిదాసూ భవభూతిన్నీ ప్రేమలహరుల ప్రవహింప జేయ వాల్మీకీ వ్యాసులూ వీరప్రవాహముల నతివేగమున పారించి ఉత్తాళతరంగముల జనింపజేసినారు. కురుక్షేత్ర సంగ్రామమున వీరరసమందలి ఉన్మత్తత స్పష్టపడి ఓజస్విని యైన భాషచే ఆ రసము చిప్పిలజేసి సమగ్రభరతఖండమునందు ముంచెను.

మూడు రకముల వీర్యము

ప్రేమకున్న మూడుగతులులూ బీరమునకు గూడా ఉన్నవి. మానవునియం దప్పుడప్పుడు పాశవవీరత, ఉన్మాదమూ కనబడుచుండును, ఒకప్పుడు దివ్యవీరత్వమూ మరొకప్పుడు మానవవీరతయు ప్రకాశించుచుండును.

మానవుని షడ్రిపువర్గము అత్యంతప్రబలమై - లోభము పృథ్వినంతా మ్రింగజూచునప్పుడు, కామము అనింద్యచరిత్ర యగు సతీమణిని చెరపజూచునప్పుడు, దర్పము దశదిశల ప్రజ్వరిల్లునప్పుడు, క్రోధము ప్రపంచమునెల్ల కంపింపజేసి రక్తసంసిక్తము చేయనెంచునప్పుడున్నూ - ఆతని వీరత్వము "పాశవ" మనబడును. ఉ|| రావణుడు, దుర్యోధనుడు.

సద్గుణరాశిచేత వీరత్వమును సాధించి మానవుడు విశ్వప్రేమచేతనూ దయచేతనూ దానవీరుడై, బలిచక్రవర్తివలె పృథ్వినంతా ఒరులకిచ్చినా తృప్తిలేక, రఘుమహారాజువలె తన నిధులనన్నిటిని యాచకులకు పంచియిచ్చినప్పుడున్నూ, యుధిష్ఠిరునివలె దానమందు, దయయందు, ధర్మమందున్నూ, పరమావధి చేరునప్పుడున్నూ, ద్రౌపదివలె పుత్రహంతనైన క్షమించునప్పుడున్నూ, ఆశ్రితులయెడ శిబివలె త్రాణపరాయణత కన్పరుచునప్పుడూ, భీష్మునిలాగు యావజ్జీవబ్రహ్మచర్య మాచరించునప్పుడున్నూ, స్వధర్మజ్ఞానముచే ఉదారుడై సుయోధనుని రీతి తనసర్వస్వము నితరుల కర్పింపబూనునప్పుడున్నూ, కర్ణునివలె శత్రువునకైనా తన జీవనసర్వస్వము ధారపోయునప్పుడున్నూ "దివ్యవీరత్వము" కనబడును.

మానవుడు సత్యవాక్పాలనా నిరూఢప్రతిజ్ఞుడై, స్వధర్మము, కులము, మానము, మర్యాదయు నిల్పుకొనుటకు రిపుకులమును రూపుమాపి, ధర్మసంస్థాపనార్థము ధరిత్రీ భారము తగ్గింపబూని, ఋషులు మొదలగు శిష్టుల పీడల తొలగించుటకు దుష్టుల శిక్షించి, ప్రజానురంజనమునకై భార్యనైన విడుచుటకు జంకక, యుద్ధమున నెట్టివా రెదుర్కొన్నా, ఓలమాసగొనక నడుముకట్టి నిలిచి,

స్వధర్మానుసారము స్వదేశమునుగాని స్వరాజ్యమునుకాని రక్షించుకొనుటకు బభ్రువాహనునివలె తండ్రితోనైన తలపడి, కర్తవ్యనిష్ఠయు ధర్మానురక్తియు నిలువబెట్టుకొనునప్పుడున్నూ "మానవవీరత్వ" మగపడును. స్వదేశస్వధర్మ రక్షణార్థము ప్రాణముల నర్పించు భక్తులు (Patriots and Martyrs) మానవవీర్యమున నుజ్వల మూర్తులు. వారు మానవజాతికెల్ల గౌరవాపాదకులు.

ఆర్యవీర్యమందలి విశేషము

ఐరోపీయవీరులకన్న ఆర్యవీర్యుల ఆధిక్యత యేమి? వ్యాసు డీవిషయమును విశదముగా వర్ణించెను. పాశ్చాత్యేతి హాసమున గృహకలహముల వర్ణన మనము చదివియుందుము. కాని సమరసమయాన హృద్వేదనచేత అర్జునునివలె అస్త్రశస్త్రములను విడిచి యుద్ధవిముఖుడగు వీరుని అందు చూడము. యుద్ధోన్ముఖుడై కిరీటి వచ్చుసరికి ఎదురుగా భీష్మద్రోణాది గురుజనము సమరోద్యతమగుట చూడగానే, అతని మానసమున శ్రద్ధాభక్తులు ప్రబలమాయెను. యుద్ధమున కాహూతుడగునప్పుడు జంకుట వీరధర్మము కాదు, కాని గురుజనము, బంధుకోటితో పోరుట యుక్తకర్మ అగునా? అర్జునుని హృదయమున అంతర్యుద్ధము ప్రారంభమయ్యెను. బాహ్యాయుద్ధమునకు కడంగుటకుముందు ఆంతరికసమర మంతయు కావలిసెను. వీరవరేణ్యుల కిట్టి సంశయ మెప్పుడైనా కలిగెనా? దీని ఫలితార్థమేమి? ఆర్యవీరుల కెట్టి విద్య గరపబడెనో దీనివల్ల వ్యక్తమైనదా? వారికి నేర్పేది కేవలాస్త్రశస్త్రచాతుర్యమే కాదు, అంతతో ముగిస్తే ఆభ్యంతరిక తపోబలము వారి కలవడదు, వారు జితేంద్రియులు కాలేరు. విద్య నభ్యసించునపుడు వారి భుజబల మభివృద్ధి చెందినట్లే ప్రేమ, భక్తి, శ్రద్ధ, అనుశీలము కూడా అభివృద్ధి నొందవలెను. బాహ్య శత్రువుల జయించుటకు వా రస్త్రవిద్యయం దారి తేరినట్లే అంతశ్శత్రువుల జయించు సామర్థ్యముకూడా వారు సంపాదించు చుండిరి. అస్త్రబలమున యుద్ధకౌశలమునందున్నూ అసురులను సంహరించుట నేర్చుకొన్నట్లే వారు శమాదిషట్కసంపదచేత

కామాదుల జయింప నేర్చియుండిరి. ఈరెండు తెరగుల విజయము పొందగలిగిన వీరుడే నిజమైన వీరుడని గణింపబడుచుండెను. బాహ్యశత్రువులను మాత్రమే జయింపగల్గి అంతశ్శత్రువుల నదుమలేనివారికి సుఖమూ లేదు శాంతీ యుండదు. పృథ్వియంతా చేజిక్కినా వారి దు:ఖము తొలగదు, చిత్తములకు శాంతి చేకూరదు.

వీరుల సంపద

అంతరంగసమరమున విజయమొంది చిత్తమునకుశాంతి చేకూర్చుకొనువానికి పృథ్వీతలమంతా వశమైనట్లే. అతడు కోరదగు కోర్కెలుండవు - దేవేంద్రుని సింహాసనము, కుబేరుని నవనిధులూ అతనికి కరగతమగును. నిస్పృహావిష్టుడగు నాతని చిత్తమున మోహమూ లోభమూ పుట్టించ దగు వస్తు వే లేదు. తనకబ్బిన రాచగద్దియ భరతుడు త్యజించలేదా? కురుక్షేత్రసంగ్రామమున నెంతో శ్రమపడి జయమునొందిన ధర్మజుడు సింహాసనాసీనుడగుటకు సమ్మతించెనా? వ్యాసుడు అతనికి వైరాగ్యమూ, ఇతరపాండవులకు జ్ఞానమున్నూ ఉపదేశించి అంతశ్శత్రువుల నరికట్టుట శ్రేష్ఠతమమగు కార్యమను విశ్వాస ముదయింపజేసెను. కావున పంచపాండవులు ద్రౌపదితోకూడా భోగసుఖములు త్యజించి సంసారము రాజధర్మమున్నూ నిర్వహింపవచ్చునని నిశ్చయించుకొని, జ్ఞానబలమే నిజమైన వీరత్వమని నమ్మిరి. ఈశక్తి మూలమున జితేంద్రియులై, చిత్తవశీకరణ నిపుణులై, జీవితము సార్థకమొనర్చువారికి భుజబలమున గాని, సైన్యబలమున గాని, సహాయసంపదయందుగాని యేలోటూ ఉండదు. వశిష్ఠవిశ్వామిత్రులు తమ తపో మహిమచేత తండోపతండములగు సేనలు కూర్చలేదా? ఇట్టి సామర్థ్యమున్నా విశ్వామిత్రుడు వశిష్ఠునితో సమానశక్తిశాలి కాలేకపోవుటచేత సంగ్రామమున జితుడై బ్రహ్మర్షి కావలెనని దృఢప్రతిజ్ఞచేసి తీవ్రమైన తపస్సువల్ల జ్ఞానబలము సంపాదించి బ్రహ్మత్వము పొందగల్గెను.

ఆదర్శ రాజ్యము

యుద్ధభూమిని ప్రాణములు బాసినవారికి వీరస్వర్గము లభించునని ఆర్యుల విశ్వాసము. అవసానకాలమున దుర్యోధనుడు కృష్ణునితో నిట్లనెను.

1. అధీతం విధివద్దత్తం భూ: ప్రశా స్తం ససాగరా
మూర్ధ్ని స్థిత మమిత్రాణాం కోను స్వంతతరో మయా||

2. యదిష్టం క్షత్ర బంధూనాం స్వధర్మ మనుపశ్యతామ్
తదిదం నిధనం ప్రాప్తం కోను స్వంతతరో మయా||

3. ససుహృ త్సానుగశ్చైవ స్వర్గం గంతాహ మచ్యుత
యూయం నిహత సంకల్పా: శోచంతో వర్తయిష్యథ||

1. చదివితి నెల్లవేదములు జన్నము లొప్పగ జేసితిన్ రమా
స్పదమగు వృత్తి బొల్చి నరపాలకు లెల్లను గొల్వ గంటి దు
ర్మదరిపు గాఢగర్వ పరిమర్దనకేళి యొనర్చితిం దగం
దుది నని మిత్రబాంధవులతో త్రిదివంబున కేగు టొప్పదే?

2. సమరము శమంతపంచక సమీపమున ధర్మవృత్తి సలుపగ నత్యు
త్తమలోకము సమకూరెను విమలాత్ముడనైతి నింక వేయును
నేలా?

....తిక్కన

పాండవులూ శ్రీకృష్ణుడున్నూ ఈలోకమును స్వర్గముగా నొనర్చిరనీ, వారికి స్వర్గమునకు పోవలయునన్న ఆందోళనమే లేక, స్వర్గముకన్న నెక్కువగు బ్రహ్మపదమును వారు పొంద యత్నించుచున్నారనీ ఆత డెరుగడు.

మహాత్ముడగు ముద్గల ముని స్వర్గమునుండి వచ్చిన విమానము తుచ్ఛమని యెంచి జ్యోతిర్మయమగు బ్రహ్మపదము నాశించి జ్ఞానము శమము నవలంబనములుగా నొనర్చుకొనెను. అట్టి జ్ఞాన మార్జింపవలెననే పాండవులు ప్రాణములు బాయలేదు. ఇంకా వారు రాజర్షులు కాలేదు. జనక చక్రవర్తి వలెనే సంసారము వీడి భగవత్ప్రేమాసక్తులై, సిద్ధి పొందలేదు. అందుకే సకలరాజర్షి వృత్తాంతము శ్రీకృష్ణుడు ధర్మరాజు కుపదేశించెను, అట్టి యాదర్శము లనే భీష్ముడున్నూ బోధించి తనువు చాలించెను. భగవద్గీత లందు శ్రీకృష్ణు డుపదేశించిన నిష్కామనివృత్తిమార్గమూ విశ్వప్రేమయూ పాండవు లింకాపొందలేదు, నిష్కామభావమున వారు యుద్ధ మొనర్పలేదు, అట్టి యత్నమూ చేయలేదు. అట్టివారు శ్రీరామజనకాదులవలె నిర్లిప్తభావమున రాజ్యము చేయగలరా? క్షత్రియాదర్శమగు ఉన్నత రాజ ధర్మమును వా రనువర్తింపలేదు, విశ్వప్రేమ చూపించనేరని క్షత్రియులు రాజ్యశాసనమున కహున్‌లు కారు. ఇట్టి ప్రేమాన్వితులైన దశరథ శ్రీరామపాత్రములను నిర్మించి వాల్మీకి సింహాసనాసీనుడయిన రాజు ప్రేమరాజ్యమును స్థాపించు తెరగు రామరాజ్యదృష్టాంతమున లోకమునకు వెల్లడిచేసెను. మహారాజాధిరాజైన రాముడు ప్రజానురంజసతత్పరుడై ప్రాణాధిక యగు సీతను పరిత్యజించెను; లోకహితము కూర్ప తనసుఖము బలియొసగెను. అట్టిరాజ్య మెచ్చటనైన తిరిగీ స్థాపించబడునా? అట్టి రాజశేఖరుడు తిరిగీ అవతరించునా?

1. *

నావిల్లెక్కిడినప్పుడ, నీవు చతుర్భుజుడవౌట నిక్కము, మదిలో

భావించి కంటి, నితరుల కీవిక్రమబాహుశక్తు లెందును గలవే?

ఉల్లమున లజ్జదోపదు, ముల్లోకములేలు దేవముఖ్యునిచే నే

నిర్లీల భంగపడ, నుద్యల్లలిత కృపాభిరామ దశరథరామా.

......రామాయణము.

2. * శాస్త్రజ్ఞానము దృఢమై, పెద్దల యానతి అందుకు విపరీతమైనప్పుడు గురువుల మాట పెడచెవిని బెట్టి శాస్త్రాదేశమునే అనుసరించ వలయును. ఇందుకు ప్రహ్లాదుఁడు, భీష్ముడు నుత్త మోదాహరణములు.తండ్రియైన హిరణ్యకశిపు, తల్లి లీలావతి, ఎంత నొక్కిచెప్పినా ఉభయ తారకమగు హరిభజనము ప్రహ్లాదుడు మానడాయె. పరమభాగవతోత్తము డగు నారదుని ఉపదేశమునం దతనికి దృఢమైన నమ్మకము కుదిరింది. సర్వశాస్త్రోపదేశసారము భగవద్భక్తియే, చూడండి -

"ఆలోక్య సర్వశాస్త్రాణి విచార్య చ పున:పున:
ఇదమేకంతు నిష్పన్నంధ్యాయే న్నారాయణం సదా
చదివి చర్చించిన సకల శాస్త్రములు
భక్తియౌ ముక్తికి పరమసాధనము."

అంబుజోదరు దివ్యపాదారవింద చింతనామృతపాన విశేషమత్తచిత్తుడు కాబట్టి ప్రహ్లాదుడు తండ్రియాజ్ఞ నుల్లంఘించెను.

అంబను పెళ్ళిజేసుకొమ్మని గురు వెంత బోధించినా భీష్ముడు - బహుశాస్త్రవేత్త - బ్రహ్మచర్యవ్రతము పూనుటకు ప్రతిజ్ఞ చేసినవాడు గనుక గుర్వాజ్ఞోల్లంఘనము చేసెను.

ఈయిద్దరును శాస్త్రచోదితాచారవివేక ధనులు... కాబట్టి పెద్దల మాటలు పెడచెవిని పెట్టిరి, వీరిని ప్రమాణముగాగైకొని ప్రతీవారూ పెద్దలమాట జవదాటరాదు.

3. * కిట్టి కోపాన, పిమ్మట కిట్టకుంటవలెను, తలత్రెంచి కాలుసేతులునుకోయ కయసుకాస్యస, మనమహాకార్య మపుడు ఘోరతరమగు కనుగొనువారికెల్ల అంతొ నీ సీజరుని అవయవమకాడె?

చంపవలసెకదా అను చంపుతోడ చంపుదముకాని, పచ్చికసాయివాండ్రభంగి నరవంగ మడుపుటపాడిగాదు. సీజరుని అంతరాత్మనే చిక్కబట్ట మనము దలతము; మానవాత్మలకు రక్తపూరఘోరత లేదు.

....

....

దేవతాచక్రమునకు బలిని పెట్టుద మతనియెమ్ములను; గాని కుక్కలకు నక్కలకు తినగూడునట్లు చిద్రుపలుగా వాని చెక్కజనదు.

దీన నందరు వైరప్రధాన మనరు మనపని అవశ్యకర్తవ్య మనుచుతోచు: జనుల చూడ్కికి ఈరీతి కనబడగనె హంతలనరు మార్జకులందు రమెకాని. వా||వా||శాస్త్రి.

ఏడో ప్రకరణము

సాహిత్యమున దేవత్వము

సతీత్వాదర్శము

ఆర్యకవులు రచించిన ఆదర్శములలో కర్త్రాదర్శములే కాక కార్యాదర్శములు కూడా ఉన్నవి. వీటితో తక్కినకవుల ఆదర్శములు తులతూగనేరవంటే మనకవుల కల్పనాశక్తి విరివీ ఉన్నతి తెలియగలవు. సతీప్రతిమ నేకవి రచించినా అది సీత ప్రతిమకు వెనుకబడుతుంది; పతివ్రతాప్రతిమ నిర్మిస్తే అది దమయంతికి సాటిరాదు. ఆవిరి యోడలముందు చేపలబట్టు చిన్న చిన్న కలముల తీరున, దివిటీముందర దీపాల లాగున, హనుమంతునెదుట కుప్పిగంతులపోలికను వ్యాసవాల్మీకులు నిర్మించినఆదర్శ చరితములముందు ఇతరకవిచిత్రములు రాణించ నేరవు. కాళిదాసు, భవభూతి, శ్రీహర్షుడు మొదలగు కవులు పైని చెప్పిన కవిద్వయము ననుసరించి వారి యాదర్శములనే పుష్టిచేసి అలంకరించి చెన్ను వహింపజేసినారే కాని నూతనా దర్శములను సృజింపలేదు.

విద్య

మానవప్రకృతిలో స్వాభావికముగా పశ్వంశ ప్రధానమయి యుండును, కావున దానిని పోగొట్టుటే విద్యయొక్క ముఖ్యోద్దేశము. పశుత్వమునకు ప్రాధాన్యము తగ్గించి మనుష్యత్వ దేవత్వములకు ప్రాధాన్యము సిద్ధింపజేసేదే క్రమమైనవిద్య. ఇట్టివిద్య మనసంఘముయొక్కయు, కుటుంబముల యొక్కయు రీతినీతులమూలాన సిద్ధిస్తుంది. స్త్రీజాతిని అడ్డుఆజ్ఞలులేక దానిచిత్తమువచ్చినట్లు పెంపొందనిస్తే అదెంత నింద్యస్థితికి వచ్చునో, క్రమమైన విద్యాప్రభావమువల్ల అది దివ్యత్వము నెట్లుపొందునో మనశాస్త్రములందు వర్ణింపబడి ఉంది. బాల్యమునుండీ సుపరిష్కృతము కాకుంటే మానవప్రకృతియొక్క సౌందర్యము భాసమానము

కాదు. అందుకే మనయిళ్లలో బాలులతో పాటు బాలికలకున్నూ చిన్నప్పటినుండీ క్రమశిక్ష ప్రారంభింపబడును. ఈ శాసనప్రణాళి కఠినము - పితృగృహము విడిచి గురుకులము ప్రవేశించేదాకా బాలులకు నయశిక్ష ఒసగినట్లు బాలికలకు కూడా పుట్టినిల్లు వదలి మెట్టినిల్లు చేరేవరకూ నయశిక్ష నొసగుచుండేవారు. సుశీలలగుటకు తరుణావస్థయందే వారి నత్తింటి కంపేవారు - బాలుడు గురుకులమున్నూ బాలిక అత్తిల్లూ ఇంచుమించుగా ఒకయీడునే చేరేవారు, కాబట్టి యిద్దరికీ పిత్రాలయమందు మొదలుపెట్టిన విద్య అన్యగృహమున పెంపొంది సమాప్తమయ్యేది - తరళమతులైన బాలకులను తగినరీతిని శాసించి భావజీవితమున కుపయోగించే గుణములు గురు వేలాగు నేర్పునో, ఆలాగే అబోధలగు బాలికలను అహన్‌రీతిని శాసించి గృహిణీధర్మములు అత్తింటి పెద్దలు నేర్పుతూండేవారు. ఇట్టిశిక్ష స్వగృహమున కొనసాగక పోవడము చేతనే మనసంఘమున పైనుదహరించిన వ్యవస్థ యేర్పడింది - దానివల్ల బాలికాబాలకులు సుశిక్షితులై సంసార సంబంధములగు పనిపాట్లలో నిపుణులై సుఖముగా జీవించు చుండిరి - వీరు గృహస్థులుగా పెరిగి నప్పుడు తమబిడ్డల కిట్టిశిక్షే యొసంగుతూ సంసారవృక్షమును నలువైపులా వ్యాపింపచేసి తత్ఫలముల ననుభవించుచుండేవారు - మనవాళ్ళు తమ మానుషత్వము నభివృద్ధిచేసుకొని స్త్రీపురుషులయందు దానిని పెంపొందించి సంసారముల నేలాగు సాగిస్తూ ఉండిరో, ప్రమచేతను స్నేహముచేతనూ అందరి నెట్లు ప్రసన్నుల చేయగల్గినారో దానికి ప్రత్యక్షనిదర్శనములును మనగ్రంథములలో చూడవచ్చును.

సంసారాశ్రమములు ప్రవృత్తిమార్గమునకు విస్తృత క్షేత్రములు. తద్ఘోర లహరులయందు నిరాటంకముగా కొట్టుకొనిపోయేవాళ్ళు ఆ తరంగములయందు మునుగుతూ తేలుతూ, కాలవశమున పోటుదెబ్బలు తింటూ, ఆ ప్రవృత్తి స్రోతమున ఒక సంసారతరంగము నుంచి ఇంకొక తరంగమునకు కొట్టుకొనిపోయి, జన్మజన్మాంతరములా వాత్యాచక్రమున తిరుగుతూ ఉందురు. సంసారమందలి

సుఖదు:ఖములే వారికి భోగభాగ్యములు. ఆసుఖ మెంతహెచ్చినా దు:ఖము దూరము కాక క్రమముగా పెరుగుతూ ఉండును. ఇట్టి పయోముఖ విషకుంభమునుంచి వెలువడే మార్గము మనఋషులు చూపినారు; అదే నివృత్తిమార్గము. ప్రవృత్తివేగమును అరికట్టడము వల్లనే సంసార గతిరోధము ఘటిల్లును. ఇది సంభవమా? సంసారాంబుధిలో లోతుగా మునిగినవారికిన్నీ విషయసుఖములను నాచులో చిక్కుకొన్నవారికిన్నీ ఇది అసంభవము - కనుకనే మనము కూడా అట్టి లోతైన గోతులలో కూరిపోకుండా ఏదైనా ఆసరా దొరకబుచ్చుకోకుంటే కృతార్థుల మగుట సున్న. పూర్వోక్తశిక్షాప్రభావ మనే ప్రాపు దొరకొన్న వాళ్లు సంసృతిప్రవాహమున కెదు రీదగలరు. యోగ్యమైన విద్యకు ఫలములు మూడు: _ అరిషడ్వర్గము లొంగదీయుట, యౌవనోన్మాదము నరికట్టుట, భగవంతు నారాధించుట - బాలికల కిట్టి చిత్తశుద్ధి కల్గడమునకే సతీత్వాదర్శమూ శిక్షావ్రతమూ కల్పింపబడినవి; బాలకులు గురుకులమున శుశ్రూషచేస్తూ వేదాధ్యయనము, శాస్త్రపఠనము చేసేటప్పుడు నివృత్తిమార్గ చోదకములైన శమదమాదిగుణగణము *[1]నభ్యసించకతప్పదు. అధ్యయనము, శాస్త్రపఠనమున్నూ క్రమమైనశిక్షకు కేవల సహాయములు (auxiliaries), మానవులు సచ్చరిత్రులు కావడమే విద్యయొక్క ముఖ్యోద్దేశము.

మైత్రి

సతీధర్మమే స్త్రీల కుత్కృష్టాదర్శము, కావున సతీత్వ నిర్వహణమునకు సాధనమగు విద్యయే వాళ్ళకి నేర్పేవారు. ఇదిగాక ఉత్తమఫల మింకొకటుంటే దానికి తగిన విద్య నేర్పియుందురు. బాలులకు గురుకులవాస విద్యాప్రణాళి విధి బద్ధము చేసినట్లే మనువు స్త్రీశిక్షాప్రణాళిని కూడా నిర్ణయించి యుండును. సీత మన కాదర్శసతీమణి కదా? అయోధ్య నామె ప్రవేశించునప్పటికి పుట్టింటిచదువు పూర్తియై యుండును. ఆవిద్యాక్రమము వాల్మీకి వర్ణింపలేదు, కాని తద్ద్వారా ఆమె కలవడిన గుణసంచయమునుబట్టి ఆమెకు నేర్పిన విద్యావిశేషమును మన

మూహించవచ్చును. పుట్టింట రాజర్షియైన జనకమహారాజుయొక్క సాంసారికవ్యవస్థకు తగిన శిక్ష ఆమె కబ్బియుండును. అచ్చట సుశీలలగు సతుల దృష్టాంతముల నామె చూచియుండవలెను. వ్రతములు, నియమములు, పాతివ్రత్యము, సంయమము, గురుభక్తి, దైవభక్తియూ చిన్నతనమునుండీ ఆమె నేర్చియుండును. ఇట్టిభక్తితోనే పతి తన జీవనసర్వస్వమని భావించియుండును. భక్త్యావేశమున ఏకనిష్ఠ, నిస్స్వార్థత, నిరాకాంక్షయున్నూ కలదై పతిసేవ చేయగల్గు సతీమణి అట్టి భావములతో భగవంతుని కొలువ గలదన్న వింతా? పసితనమునుండీ గురువులకు శుశ్రూష చేస్తూ దేవతలను భక్తితో నారాధించుతూ ఉన్న బాలకు పాతివ్రత్యపాలన మొకలెక్కా ? బాల్యమునుండీ భక్తి శ్రద్ధలం దారితేరినవాళ్ళు వయోవృద్ధి నొందినకొద్దీ వాటిని పెంపొందించగలరు; బంధువులయెడ వాళ్ళుచూపే అనురాగమూ ప్రేమయున్నూ అట్లే దినదినాభివృద్ధి నొందును.

వేదశాస్త్రజ్ఞానము లభించినివారికి భక్తే ఉత్తమ మార్గమూ ప్రధానవిద్య తపస్సు నగును. బాలిక బాల్యావస్థ యందే పత్యా రాధనము నేర్చుకొనును. అశిక్షితులైనవాళ్ళకు ప్రత్యక్షదైవమే అధికతమభక్తి పాత్రము. ప్రత్యక్షదేవతారాధనము భగవదారాధనముకు తొలిమెట్టు; భక్తిమార్గ మవలంబించేవాళ్ళు స్థూలదేవతలనే మొదట పూజింతురు, తరువాత అది సూక్ష్మదేవతారాధనముగా పరిణమించుతుంది; ఇందుకే పతిప్రేమ పెంపొంది జగత్పతిప్రేమ అవుతుందని చెప్పితిమి! జగత్పతిప్రేమ పూర్ణమై విస్తృతముకాగానే విశ్వవ్యాపి యగును. క్షాంతి, దానము, ధర్మము మొదలైనవాటి చేత ప్రాశస్త్యము పొంది నారీప్రేమ ప్రకటిత మవుతుంది. అతిథులు, అభ్యాగతులు భగవద్రూపులని యెంచి వారిని సత్కరించుటవల్ల ఔదార్యము హెచ్చును. పతియందలి అనురాగము భగవత్సృష్టమైన జంతుజాలమున ప్రసరించును. జీవులయెడ దయజూపకున్న అనగా భూతదయ లేకుంటే భగవత్పూజ సార్థకముకాదు. చూడండి : _

"..దయావిహీనత

న్

చేసినకర్మముల్ ఫలము జెందునె? కర్మము లెన్నియేనియున్

చేసినవాని సద్గతియె చేకురు భూతదయార్ద్రబుద్ధినో......"

..............................అ|| పెద్దన్న

మొట్టమొదట సంసారమున సంకీర్ణభావమున బయలు దేరిన ప్రేమ క్రమముగా విశ్వవ్యాప్త మవుతుంది. విశ్వవ్యాప్తమైన ప్రేమను "మైత్రి" అంటాము, దాని నభ్యసించిన సతీమణి పతివెంట దుర్గమారణ్యముకైనా ప్రయాణముచేయ సిద్ధపడుతుంది. యాజ్ఞవల్క్యుని భార్యలలో మైత్రేయి మాత్రమే ఇట్టి ఉదారప్రేమపథగామిని అయింది. కావుననే ఆత్మజ్ఞానము పొంద నామె కహన్‌త కద్దని యెంచి - "నీవు నీపతిని ప్రేమించుచున్నంత మాత్రాన అతడు నీకు ప్రేమ పాత్రముకాడు, నీ వాత్మను ప్రేమిస్తూన్నావు కావుననే నీపతి నీకు ప్రేమాస్పదు డవుచున్నాడు: ధనమును నీవు వలచుచున్న హేతువుచేత అది నీకు ప్రియము కాదు; నీ వాత్మను ప్రేమించుటచేతనే ధనము నీకు ప్రేమపాత్ర మగుచున్నది; నీపుత్రుని నీవు ప్రేమించడముచేత వాడు నీకు ప్రేమస్థానము కాడు, నీ వాత్మను ప్రేమిస్తున్నావు కనుక వాడు నీకు ప్రియతము డవుచున్నాడని:
*[2] యాజ్ఞవల్క్యుడు ఆమెకు బోధించెను. ఇట్టి మైత్రిని సాధింపగలిగినందుకే గార్గి ఆత్మజ్ఞానోపదేశమున కహున్‌రా లయింది. పాతివ్రత్య మాచరించి దివ్యత్వము సాధించిన సతీమణి ముక్తినిదానమైన ఆత్మజ్ఞానమున కధికారము పొందగలదు. అందుకే పాతివ్రత్యము స్త్రీలకు ముక్తిమార్గమని మన శాస్త్రములు చెప్పుచున్నవి. పాతివ్రత్యము గౌణరూపమున ముక్తిసాధన మవుతుంది, పతియే సతికి ముక్తిసాధనము. ఇట్టి దివ్యాదర్శనమున కిప్పటి హిందూనారీమణు లెంతదూరమున నున్నారో కొంచెము పరికించండి. దివ్యాదర్శములను ధిక్కరించినవారు పతితులౌట సహజమే!

దేవతాదర్శము

ఉజ్వలమైన దేవతాదర్శ మెప్పుడూ మనస్త్రీల కళ్లకు కట్టినట్లుండును. లక్ష్మి, సరస్వతి, గౌరియూ నిట్టి ఆదర్శ దేవతలు. సిరుల తులతూగుచున్న స్త్రీ లక్ష్మివలె మార్దవము, ధైర్యము, పతిభక్తియూ అభ్యసిస్తూండును; బుద్ధిమతియైన స్త్రీ సరస్వతిని బురుడించును. గౌరివలె పత్యనురక్త లవుట కందరూ కోరుచుందురు. పతిపరాయణ, ధీర, శాంతస్వభావ సుశీలయు నగు నవలామణిని లక్ష్మియని గుణవతిని సరస్వతియనీ, అందరియెడ దయచూపి సాధ్విని అన్న పూర్ణయనీ భావిస్తూంటాము. దీనికి హేతువేమి? ఈ దేవతాదర్శములు మనహృదయఫలకములందు చెక్కియుండబడుటచేతనే గదా! నారీజనమునకు దివ్యత్వము సిద్ధించు సూక్ష్మమార్గము మహాభారతమున "సత్యాద్రౌపదీసంవాదమం"దు వివరింపబడింది. పంచపాండవు లొకరొకరికంటె ద్రౌపదియందు అనురక్తులౌట అత్యద్భుతమని యెంచి సత్యభామ ద్రౌపది నిట్లడిగెను. నగుమొగంబులేకాని నాతీ, నీదెస నెప్పుడూ పతులకు కిన్క లేదు. ఇది -

*వ్రతము పెంపొ మంత్రౌషధవైభవంబొ సరస నైపథ్యకర్మకౌశలమొ

చతుర

విభ్రమోల్లాసరేఖయొ వెలది నీ విశేషభాగ్య హేతువు సెపుమ నాకు.

అనేటప్పటికి ద్రౌపదికి వచ్చినకోపము నడచుకొని యిట్లనెను : _

1. అలయక మంత్ర తంత్ర వివిదౌషధభంగుల జేసి ఎంతయుం
   వలతురు నాథులంట మగువా కడు బేలతనంబు, దానమున్
   గలిగిన ప్రేమయుం బొలియు, గాని యొకండును సిద్ధిబొంద, ద
   వ్వొలతులతోడి మన్కి అహిపొత్తుగ చూచు విభుం డెరింగినన్
   పాండవులయెడ నే నెట్టిదాననై యిట్టి సౌభాగ్యంబు నందితినో

అది నీ కెరిగించెద వినుము : _

2. పతులకు నెప్పుడు కావింపందగదు కపటకర్మంబులు త
ద్భావ మెరిగి వశవర్తినియై వనిత చరింపనదియయగు
నెల్లవియున్||

3. పతులాత్మ నొండొక పడతులగలిసిన, నలుగ నెయ్యడలనహంకరింప
మదముప్రమాదంబు మాని వారికిచిత్త, మేక ముఖంబుగ నెల్లప్రొద్దు
భక్తి సేయుదు, చూపు పలుకులు కోర్కెయు జెయ్వులు వింతగా
చేయ నెపుడు.

అమరగంధర్వయక్షాదులందైనను, బురుషు నన్యుని
తృణంబుగదలంతు

స్నానభోజనశయనాదిసంప్రయోగమర్థి
పతులకుమున్నెందునాచరింప

పతులు వచ్చిన నాసనపాద్యవిధుల భక్తితో నేన కావింతు పనుప
నొరుల||

4. అత్తకుభక్తిగల్గి మది నాయమ నెప్పినమాడ్కి చేటికా
వృత్తము లాచరింతు గురువిప్రసురాతిథిపూజనంబు ల
త్యుత్తమభక్తి నేన తగనోపి యొనర్తు ప్రియంబు తాల్మియున్
మెత్త దనంబు సంతతము మేలుగ దాల్తు సమస్త భంగులన్||

............సకలభృత్యజనంబుల జీవితంబుల నరసి నేన
నడుపుదును,

పాండునందనులు తమకుటుంబభారంబు సర్వంబును నాయంద నిల్పి వారు నిర్భరులై యిష్టవిహారంబుల నుందురు. రే నెల్ల వెంట నప్రమత్తనై వర్తింతును.

6. పతి గడవంగ దైవతము భామల కెందునులేదు ప్రీతుడై
పతి కరుణించెనేని కులభామిని భాసురభూషణాంబరా
న్వితధనధాన్యగౌరవము విశ్రుతసంతతియున్ యశంబు స
ద్గతియును గల్గు నొండుమెయి గల్గునె యిన్ని తెరంగు లారయన్||

ద్రౌపది గృహకృత్యములందు అత్యంతధీరయు, వ్యవహారమున అత్యంతనమ్రయు, అభ్యర్థనమున సంభాషణయందున్నూ వినయవతియు వంటింట దమయంతియు, అతిథిసంతర్పణమున అన్నపూర్ణగానూ వర్తించడము చూచి చాల అచ్చెరు వొంది సత్యభామ "ఆహా! ఈమె సాక్షాల్లక్ష్మి, దశభుజయగు లోకమాత" అని నుతించి పతివశీకరణమంత్రమూ ఔషధమున్నూ కన్నులారగాంచి సంతసించి ద్వారక కేగెను.

ఆదర్శ దంపతులు.

ఆర్యసాహిత్యమున సత్యాదర్శము చిత్రించినట్లే కవులు పత్యాదర్శనమును కూడా నిరూపించినారు. అనాదినుండీ పత్యనురక్తలగు ఆర్యసతీమణుల చరితము ననుసరించి సత్యాదర్శము నిర్మింపబడింది. దివ్యాదర్శములే అవశ్యా నుసరణీయములు, మన యాదర్శము లట్టివే. వీటిలో భవాని యొకర్తె, ఆమె స్త్రీరూపధారిణియగు ప్రకృతి.

పురుషాదర్శ మెట్లు లభించును? ప్రకృతి పురుషులు సృష్టిలోని మూలతత్వములు. పురుషుని సత్త ప్రేమయం దుండును, ప్రేమయే సంసారమునకు మూలభిత్తి; వ్యక్తులు కలియుటకూ వేరగుటకూ ప్రేమ

ప్రధానకారణము. పురుషుని ప్రేమమయమూర్తే ప్రకృతి. ప్రకృతి పురుషు లనాదినుండీ పరస్పరాసక్తులు, వారిద్దరికీ సత్త ఒకటే. ప్రకృతి పురుషు నాశ్రయించుటచేతనే అతనికి విశ్వేశ్వరుడనీ ఆమెకు విశ్వేశ్వరి అనీ పేర్లు వచ్చినవి. ఆతడు ప్రకృతిలో చొచ్చి విలాసార్థము విశ్వమంతా సృజించి రక్షించి ధ్వంసము చేయుచుండును. విశ్వమే లేకుంటే ప్రకృతిపురుషులకు నెలవేదీ? ఈలోకమంతా మాయామయము. విశ్వప్రకృతి మహామాయ, ఆమె పురుషుని ప్రేమాధీనయై యుండును. సతి పతిని విడుచునా? ఆమె కతడే సర్వస్వము, ఏకాశ్రయము. ఆమె కాతనితోటే సంసారము, ఆతని పరిచర్యయే ప్రధానలక్ష్యము. ఆతనియెడ నామె యాసక్తి రూఢము, ఎప్పుడు నుండు పదార్థము సత్, దాని నాశ్రయించి యుండునది సతి.

ఆదర్శరూపుడగు పతి

పైనివివరించిన సతి ఆర్యుల కాదర్శరూపుణియైన సతి, ఆమె భర్త ఆదర్శరూపుడగు పతి. ఆ జగత్పితరుల ననుక రించి ఆర్యదాంపత్యము సంఘటిత మయ్యెను. ఆదర్శదంపతులు ఉమామహేశులు, వారి కవినాభావసంబంధ మేర్పరచబడినది చూడండి -

> వాగర్థావివ సంపృక్తౌ..............
> "జగత:పితరౌ వందే పార్వతీపరమేశ్వరౌ".....కాళిదాసు

ఆర్యబాలికలు తమభర్తలు సదాశివులనీ, సదాశివుడు పార్వతియెడ నెట్టి యాసక్తితో మెలగెనో తమ భర్తలుకూడా తమపై నట్టి అనురాగము చూపవలెననీ కోరుతూ బాల్యమునుండీ శివునారాధిస్తూ "జన్మజన్మాంతరములందు నిన్ను బోలు పతిని సమకూర్చుమని" ప్రార్థింతురు. ఇట్టి కౌమారీ వ్రతమునే కాళిదాసుగౌరికి నిర్మించెను, ఆ గౌరీపూజే ఇప్పటికీ పెళ్ళికూతుళ్ళు వివాహకాలమున చేయుదురు.

పసితనమందే సతీదేవి శివు నర్చించి ప్రసన్నుని చేసుకొని పెళ్ళియాడి సుఖముగా నుండెను, ఆమె మరణించి తిరిగీ సదాశివునే పతిగా బడయవలెనని పార్వతియై కౌమారీవ్రత మాచరించెను, ఈ తపోదృశ్య మతిసుందరము మనోహరమగునట్లు కాళిదాసు వర్ణించెను - పార్వతి శివుని పూజించుటకు కావలసిన పువ్వులు కైలాసగిరిని పూస్తూఉంటే వాటితో తన్నర్చించినందుకు శివుడు సంతసించి తత్పూజాఫలముగా నామెను భార్యగా గైకొనెను.

1. ప్రేమమయుడు (భోలానాధుడు)

ఆర్యనారీమణులకు నిరూపించిన వ్రత మీతపశ్చరణమే. పార్వతి శివునర్చించినతీరుననే సతులందరూ సృష్టికర్త నారాధి స్తూఉంటారు. సృష్టికర్త ప్రేమమయుడూ ప్రేమాధారుడని చెప్పనేచెప్పితిమి. ఆప్రేమవల్లనే నారీమణుల హృదయమును తనవైపు లాగుకొని అత్యాదరముతో నాప్రేమను వృద్ధిచేయును. . ప్రేమప్రభావమున నారీమణులు తమ్ముతాము మరచి ప్రేమించువారియందు మనస్సు లగ్నముచేసి ఏకనిష్ఠతో వారికి తోడునీడలై వర్తింతురు. పత్నియెడ అనూనాదరము, ప్రేమయు చూపి ఆదర్శరూపుడగు పతి ఆమెకు స్వర్గసుఖము చేకూర్చును. అందుచేత ఆమె కాతడు ప్రేమమయుడగు దైవ మగును. అట్టివానియం దేకనిష్ఠ సహజముగా కుదురును. పతిప్రేమ నిరాకాంక్షము, నిస్స్వార్థము, ఏకనిష్ఠము, గౌరవపూర్ణము కావున ఆమె తనప్రేమను కూడా అట్లే యొనరించి పత్యనురక్త యగును. ఇట్టిపతి ఆదర్శపతియని మనువు శాసించెను. వశిష్ఠుడు, మంద పాలుడూ ఇట్టి పతులే. అతినికృష్టమగు కులమునపుట్టిన అక్షమాలను సారింగిని మాన్యులూ సతులు నగు లలనామణులుగా గావించినారు - సత్యవతి మొదలగు నిమ్నజాతి నారీమణులు పతుల గుణసంపదచేత గుణవతులై సతులైరి. స్త్రీల నుద్ధరింప సమకట్టువాళ్ళు వారిమూలముననే తమవంశము, చారిత్రము, ధర్మమును రక్షించుకొందురని మానవధర్మ శాస్త్రమం దున్నది. కులనారులు గుణవతులౌటవల్ల వారి కులము, శీలము, ధర్మమున్నూ

ఉద్ధరించడమునకు సందేహములేదు. మహాదేవుడు సతీప్రేమను మెచ్చి దానికి వశుడయ్యె ననుటకు ప్రత్యక్షప్రమాణ మాతడు అర్ధనారీశ్వరుడు కావడమే ఇట్లైనచో నిక ఆ దంపతులకు వియోగ మెక్కడిది?

2. ఆశుతోషుడు (ఉబ్బులింగడు)

శివు డాదర్శపతి కావడము నిస్తులపత్నీ ప్రేమయున్నూ పత్నీ రక్షణచేతనే కాదు. రూపగుణసంపదచేతకూడా అత డార్య యువతీవతంసముల మానసము లకర్షించును. రూపమున నాత డద్వితీయుడు, ప్రేమస్వరూపుడు, సర్వాంగసుందరుడు. రాధకళ్ళకు శ్యామసుందరుడు మదనమోహనుడు, భవానికన్నులకు పరమేశ్వరుడు లోకైకసుందరుడు; ఇద్దరూ వారివారి భార్యలకు జగన్మోహనసౌందర్యసారరూపులు. అట్టి ప్రేమమయుడగు పతి తనకు లభించవలెనని ప్రతిహిందూబాలికయూ కోరుచుండును. పతిప్రేమను బడసినవెన్క తదితరప్రపంచమంతా నీరసహీన మనిపించజాలు పతిలబ్ధికై మంచిమంచివ్రతములూ నోములూ సల్పుదురు. ప్రేమమయుడగు భర్త ఎట్టివాడు? శివుని గుణములే అతని కందము తెచ్చెను. అందు ముఖ్యమైనది సహజప్రసన్నత. ఆశుతోషున కన్యములగు అందములేల? అవగుణములెన్ని ఉన్నా ఆశుతోషణ మఖిలసుగుణముల కాకరము. అల్పసంతుష్టుడగువాని సరసనుండుట సకలసుఖములను జూరగొనుటయే; అతడు: సంతతప్రఫుల్లుడు, అనవరత ప్రసన్నుడు; అట్టివానితోటి కాపురము అమిత సుఖావహము; అల్పసంతోషి నారాధించుట అతిసుకరము, సుఖకరము-అందు చేతనే ఉబ్బులింగనివంటిభర్త తమకు ప్రాప్తించుగాక అని యెల్లప్పుడూ హిందూబాలిక లాశవహించి యుందురు.

3. ఆనందమయుడు (నిత్యానందుడు)

అల్పసంతోషి దినమంతా పాటుబడి యింటికి వచ్చి తనకోసము తగిన ఏర్పాటులు తక్కినవాళ్ళు చేసినందుకు చాలా సంతసించును. జీవనోపాధి నార్జించడమునకు పగలెల్ల శ్రమపడి చీకటిపడేటప్పటి కింటికి వచ్చేసరికి వానిభార్య ఇల్లంతా శుభ్రముగానుంచి సామాను సర్ది వంటచేసి ఎప్పుడువచ్చునా అని ఎదురుచూస్తూ ఉంటుంది. ఆమె నట్లుచూచి సదానందుడైన భర్త సంతసమున గెంతును. అతనిపాలి కామె గృహలక్ష్మి! లక్ష్మి యున్న చోట సౌఖ్యమునకు కొదవా? అందున్నూ గృహిణి సానుకూల యైనట్లైతే సంతుష్టి కేమి తక్కువ! అట్టి దంపతు లాదర్శదంపతులని మానవధర్మశాస్త్రమందుంది - తృప్తి సకలసద్గుణములకు నిధానము; చూడండి.

1. సంతుష్టుడీ మూడు జగముల పూజ్యుండు, సంతోషి కెప్పుడు జరుగు సుఖము.

సంతుష్టి గాకున్న సంసారహేతువు, సంతసంబున ముక్తిసతియు దొరుకు,

పూటపూటకు జగంబున యదృచ్ఛాలాభ తుష్టిని తేజంబుతోన పెరుగు

పరితోష హీనత ప్రభ చెడిపోవును జలధార ననలంబు సమయునట్లు.....

....భాగవతము.

2. My crown is in my heart, not on my head;
Not decked with diamonds and Indian stones.
Nor to be seen : my crown is called Content;

A crown it is, that seldom kings enjoy.

....................Shak

నాకిరీటము నాదు డెందమున నుండు, నాతలన్గాదు, వివిధరత్నముల జెక్క

బడగలే, దద్దియున్గావ బడగబోదు, తనివి నామౌళి;దొర లదికనుటయరుదు.

... ఆ|| నా||

దా||

4. అవ్యభిచారి (ఏకపత్నీ వ్రతస్థుడు)

"యావజ్జీవమూ అవ్యభిచారులై యుండుట స్త్రీపురుషుల ధర్మము; వివాహితులగు దంపతులు వియోగములేక త్రికరణశుద్ధిగా వ్యభిచారులు కాకుండా వర్తింపవలె" నని మన ధర్మశాస్త్రము శాసిస్తూన్నది. ఆదర్శపతి ప్రేమమయుడూ, ఆశుతోషుడూ, సదానందుడూ, పత్నిని గృహలక్ష్మిగా భావించువాడు నోటచేత వ్యభిచారలిప్తుడై భార్యను బాధించడు. స్త్రీలు దుస్సాంగత్యమువల్ల చెడిపోదురని అతనికి తెలుసును. దుష్టచారిత్రయైన స్త్రీ పుట్టింటికీ అత్తింటికీ కూడా ముప్పుతెచ్చును. అంతేకాదు.

"స్త్రీషు దుష్టాసు కాంతేయ జాయతే వర్ణసంకర:,"...భగవద్గీత

వర్ణసంకర మయ్యెడు వనిత చెడిన

కావున చెడుసావాసమునుండి చేడియను కాపాడవలెను.

భార్యాభర్తలు కలిసి గృహకృత్యములను నిర్వహిస్తూంటే వా రన్యోన్యశాసితులౌటే కాక అన్యోన్యప్రీతిపాత్రములై ఒకరిమాట నొకరు జవదాటరు. ప్రేమమయుని ఒళ్ళో ప్రేమమయి సంతసమున నుండును, ఆమె తన్ను సేవించుచుతూ ఉంటే గృహస్థు

స్వర్గసుఖ మనుభవిస్తూ ఉండును. వారి కిహమే పర మవుతుంది, వారు దివ్యులౌతారు.

వ్యభిచారమునకు కారణములు-మద్యపానము, దుస్సాంగత్యము, భర్తృవిరహము, ఇల్లిల్లుతిరుగుట, అకాలనిద్ర, పరగృహవాసమనునారని మానవధర్మశాస్త్రమం దున్నది. ఇవి స్త్రీపురుషులకు వర్తించును. ఈ పరిస్థితులను రూపుమాపుట వలన వ్యభిచారము కొంత తగ్గును. మేల్కొని యున్నంతకాలమూ పురుషుడు కుటుంబపోషణమునా స్త్రీ గృహకృత్యనిర్వహణమునందున్నూ కాలము వినియోగించవలెను. చేతినిండా పని ఉంటే చెడుతలంపుల కవకాశ ముండదు. పైని చెప్పిన సాధనముకన్న ఉత్కృష్టమైనది భార్యాభర్తల పరస్పరానురాగము. ఇది హెచ్చినకొద్దీ వ్యభిచార మేహ్య మనిపించును. వృథావాగ్వాదమువల్లనూ చికిలిజగడములవల్లనూ కలహములను పెంచుకొని మనసు విరుచుకొనక క్షాంతి, దాంతుల నభ్యసించి సమానురాగులై యున్న దంపతుల చెంత వ్యభిచారము చేరనేరదు.*[3]

5. ధర్మాశ్రయము

దోషనివారణ మెంత ఆవశ్యకమో భక్తి ప్రేమపోషణమంత ఆవశ్యకము, కావున ఆదర్శరూపుడగుపతి తన భార్యను ధర్మానుష్ఠానమున సహ కారిణిగా నొనర్చుకొనును. బ్రహ్మయజ్ఞమునందు తప్ప ఇతర యజ్ఞములందు భార్యాసహాయ మావశ్యకము - పితృ, దేవ, భూత, మనుష్యయజ్ఞములలో సర్వమూ నిర్వహించేది సతి. అతిథిసేవ అన్నదానము లామె లేకుంటే జరుగనే జరుగవు.

ఈ యజ్ఞములవల్ల పురుషుని భక్తిప్రవృత్తులే చరితార్థము లగునా? స్త్రీచిత్తమున వీటి ప్రసారమే లేదా? హిందువుల గృహములే ధర్మక్షేత్రములు, అందు పతిపత్నులే కాక ఇతరులున్నూ పాల్గొందురు - కుటుంబమంతా ధర్మాసక్తమగును. ఇట్టి ధర్మ ప్రభావము లేని గృహములు హిందూగృహము

లనిపించుకొనవు. మనయిళ్లలో నిత్య నైమిత్తిక మాసిక వాత్సరిక ధర్మానుష్ఠానము జరుగుచుండుటచేతనే భక్తి, శ్రద్ధ, ప్రేమ, క్షాంతి మొదలగు ఉత్కృష్టప్రవృత్తులు స్ఫూర్తిచెందును. ధర్మ మెంతశ్రద్ధతో ఆచరిస్తే అంతత్వరలో గుణస్ఫూర్తి వర్ధిల్లుచుండును. ధర్మానుష్ఠాన మెప్పుడూ నిరర్థకము కాజాలదు, దానిమూలాన యింటివారందరూ భగవద్భక్తు లగుదురు. మహత్కార్యముల ఫలము వాటి నొనరించిన వారికే కాక ఇతరులకు కూడా చెందుచుండును. గృహస్థులగు దంపతుల ప్రేమప్రవాహము సంసారసాగరమున పడును. భగీరథుడు శివుని జటాజూటమునుండి గంగను భూలోకమునకు తేగా గంగా యమునలు కలిసి కపిలాశ్రమ మందలి ఋషులచే పూతములై సగరకుమారుల నుద్ధరించి సాగరమున బడెను. సంసారమున పుట్టిన పతిపత్నుల ప్రేమ పవిత్రమై విశ్వరూపుడగు భగవంతునియందు చొచ్చి సర్వప్రాణుల యందున్నూ సంక్రమించును. దీనినే "మైత్రి" అంటాము. యాజ్ఞవల్క్యమహర్షి తన సహధర్మచారిణియైన మైత్రేయ ప్రేమను భక్తి మార్గమునుంచి తప్పించి మైత్రిగా పరిణమింప జేసెను. ఆప్రేమ ఋషి పూతము, యాజ్ఞవల్క్యుడు సంసారమందుండి తాను ఋషియగుటే కాక తన భార్యకు కూడా ఋషిత్వము ప్రాప్తింపజేసెను.

దేవతల సంసారము

హిందూ దేవతలకు కూడా సంసారబంధము కల్పించబడినది. ఈ ప్రపంచమే వారిల్లు, ఇందలి కృత్యములే వారి గృహధర్మములు, పరబ్రహ్మ మొకటైనా ఈశ్వరుడు ఈశ్వరి అని రెండువ్యక్తు లయ్యెను. సహజముగా నిర్గుణమైన పదార్థము సగుణమైనది; నిర్లిప్తుడు సంసారలిప్తు డయ్యెను - త్రిపాదు డగు విరాట్పురుషుడు ఒకపాదమున సంసారలిప్తు డాయెనని ఋగ్వేదమున నుంది. మహేశ్వరుడు సంసారియూ సన్యాసియు నై వెలయుచున్నాడు. దుర్గ సంసారిణి, త్రైలోక్యతారిణి ప్రేయిమయియు నైన వైష్ణవి. ఈ రెండవమూర్తియే

మహిషాసురమర్ధని యని పిలువబడుచున్నది. మహిషాసురుడు సగము మానవుడు సగము పశువు; దుర్గాదేవి వాని పశుత్వము బాపెను. దేవబలము పశుబలమును నిర్జింపగలదు - పశుబలము నెదుట భగవతి అపరాజిత యగును. జగద్రక్షిణివైష్ణవి యైన శక్తి ఈ ప్రపంచమందలి పాపమును తొలగించును. శివప్రేరణమున నామె ఈ సంసారమున తగులువడనెంచి మహాశక్తి రూపమున నవతరించింది - అందుచేతనే -

"యా దేవీ సర్వభూతేషు శక్తిరూపేణ సంస్థితా

సర్వభూతములందు శక్తిరూపంబున నిలిచియుండును దేవి నీలవర్ణ"

అని ఋషివాక్యము. ఈశక్తియందు నిరతుడై మహాదేవుడు నిర్లిప్తుడగు సంసారి అనిపించుకొనెను. అతని సంస్కృతి నిష్కామపవిత్రక్షేత్రము. ఇట్టి విశ్వపతి హిందువుల కాదర్శ రూపుడగు పతి. అనగా ఆదర్శరూపుడగు హిందువుడు గృహస్థాశ్రమము ప్రవేశించి ధర్మాచరణమున దేవత్వము సాధింపవలెను. ఈధర్మములు శిష్టాచారములని విశదముగా వర్ణింపబడ్డవి - 118 వ పేజి చూడండి -

6. గురుజన సేవ - (శుశ్రూష)

దేవత్వ మెట్లు లాభకరము? హిందూగృహము గొప్ప ధర్మక్షేత్రమని చెప్పియుంటిమి, అచ్చటనే దేవత్వము ప్రాప్తించుటకు వీలుంది. హిందూకుటుంబములయందు పతిపత్నులు మాత్రమే ఉండక వారి ఆత్మీయులు, కుటుంబము, పరిజనము, గురుజనమూ కాక ఇరుగుపొరుగువారు, ఆశ్రితులు, అతిథులు, పశుపక్ష్యాదికమున్నూ ఆకుటుంబము నాశ్రయించుకొని యుండును - వీరందరూ గృహస్వామి ప్రేమకు పాత్రులు కావున అందరికీ అతని ప్రేమ పంచబడును. ఐరోపీయ కుటుంబముల కింత పరివార ముండదు -

హిందూగృహస్థు తనప్రాపు గొన్నవారియెడ నిష్పక్షపాతబుద్ధితో వర్తించవలెను. ఒకదెస దారపుత్రాదుల ప్రేమరజ్జువుతో బంధించి ఇంకొకదెస వృద్ధులౌ జననీజనకుల సుఖపెట్టవలయును. ఇం దెవరి నుపేక్షించినా మూర్ఖు డనిపించుకొనును, అట్టివాని నందరు నేవగింతురు. స్నేహ మధోగామి, భక్తి ఊర్ధ్వగామి. పైకెగయు టెంత కష్టమో క్రిందికిజారు టంతసులభము. హిందూగృహ స్థెప్పుడూ పైకెగుర జూస్తూండవలయును. ఐరోపీయులలో నిట్లుకాదు. తలిదండ్రులు పుత్రులతో కలియరు, వీరి గాహన్స్థ్యముతో వారి కెట్టిసంబంధ ముండదు. ఇద్దరి కుటుంబములూ వేరుగా నుండును. గృహిణి పతిమరణానంతరము ఆ సంతానము వీడి యింకొకని చెట్టబట్టవచ్చును, కావున ఎవరిసంతానము వారిదే. హిందూగృహస్థునివలె ఐరోపీయుడు ఇంటనున్నవారినెల్ల సమదృష్టితో చూడనక్కరలేదు.

భార్యాపుత్రాదులను మాత్రమే ప్రేమశృంఖలమున తనకు బద్ధులుగా చేసుకొన్నంతమాత్రాన గృహస్థు దేవత్వమును, సాధించగలడా? కల్ల. భార్యాపుత్రుల తగులాటము కేవల పశ్వంశ, దీనిని తెంచినగాని దేవత్వలబ్ధి కానేరదు. హిందువుల గాహన్స్థ్య మత్యంత కఠినము, ఇది కేవల మైహిక సుఖసాధనమే కాదు, పరమం దక్షయస్వర్గసౌఖ్య మబ్బుటకు కూడా గాహన్స్థ్యధర్మాచరణ ముపయోగపడును. ఇందు సంయమ మత్యావశ్యకము, కావున ఇంద్రియదౌర్బల్యముకల వా రీఆశ్రమనియమపాలన మాచరింపలేరు. స్త్రీసాంగత్యమున ప్రాబల్యము నొందిన రిపుషడ్వర్గమును సద మదము చేయవలెను. ఇందు దాంతి చేకూరినపిదప గురుజనమును సేవిస్తూ తపశ్చరణ మాచరించవలెను. "తలిదండ్రులు, తదితర గురుజనమూ జీవించి యున్న న్నాళ్ళు గృహస్థు ధర్మకర్మాచరణమున నెట్టిస్వాతంత్ర్యమూ వహింపరాద"ని మనువు శాసించెను. వారికి శుశ్రూషచేస్తూండే టప్పుడువిఘ్నము లేవీ రాకుండా చూచుకొని, పారలౌకికకర్మ నా చరింపవలసినప్పుడు వారికి నివేదించితీరవలయును. పితృసేవ, ఐహిక పారమార్థిక ధర్మా చరణమూ అను

మూడుపనులు చేయుటవల్ల పురుషజన్మ సార్థక మవును, ఇదే పరమధర్మము, తక్కినవన్నీ ఉపధర్మములు.

ఇట్టి కఠినతపశ్చరణమువల్ల దేవత్వము సాధించవలెను, అట్టి సాధనలో పత్ని పతికి తగినసాయము చేయును; అట్లు చేసేటప్పుడు సంతానముపై మోహము విడిచి, స్వార్థము త్యజించి, భక్తికి స్నేహమును, దేవతలకుసంసారాసక్తియున్నూ బలిచేయవలెను. ఇది సులభమైన పని కాదు - పిమ్మట గురుజనమును సేవించుటవల్ల ప్రేమ పరార్థపరమై భక్తిగా పరిణత మవును. పసితనమునుండీ దేవతల నారాధించువారియెడ భక్తి గన్పరుస్తూ, త్రికరణశుద్ధిగా దేవతారాధనము చేస్తూ సర్వమున్నూ వారి కర్పించి అనురాగమంతా వారియందే నిక్షిప్తము చేయవలెను. "విశ్వమున కంతటికీ పతి సర్వేశ్వరుడు, మే మతనివారమ"ని అందరూ భావించవలెను. ఇట్టిపరార్థప్రేమకూ గురుజన సేవకూ నుతికెక్కిన దృష్టాంతములు శ్రీరాముడు, భీష్ముడు, ధర్మరాజు, తండ్రిని తనియించుటకు శ్రీరాముడు సింహాసనము వీడి వనములందు వసింపబోయెను; అట్టి సందర్భముననే భీష్ము డాజన్మబ్రహ్మచర్యవ్రతము సల్పెను - ధర్మరాజుకూడా పితృ సేవాపరాయణత చూపెను. కురుక్షేత్రసంగ్రామమున కులమెల్ల నశింప వృద్ధదంపతులగు గాంధారీధృతరాష్ట్రులను పోషించు భారము ధర్మరాజునిపై బడినప్పుడు వారి సత్యాదరముతో నాతడు గౌరవించెనని భారతమున నున్నది - ఇం దాతని ధర్మపరాయణత స్పష్టము కాలేదా? ఇట్టి యుదారచరితము ఐరోపీయులలో గాంచబోము.

7. ధర్మాచరణము.

గురుశుశ్రూషయందు ద్యోతకమైనట్లు దానధర్మముల యందున్నూ ప్రేమ ప్రకటిత మగును. వీటిమాహాత్మ్యము మన గ్రంథములయందు పుష్కలముగా కీర్తింపబడినది. వివిధదానముల నొసగుటచేత మానవుని హృదయము ఉదార మగును. అతిథిసంతర్పణమువల్ల నాతడు పుణ్యాత్ము డగును. ధర్మజునకు

దానమాహాత్మ్యము విను కౌతూహలము హెచ్చు; దాతకాని వాని కిదియుండదు. ఆర్తరక్షణముకూడా దానమని చెప్పవచ్చును. ప్రాచీనార్యుల గృహములు దానలీలాభూములు, అతిథిసేవాలయములు. ఆర్తత్రాణపరాయణులగు వీరులు మనలో చాలామంది కలరనుటకు మనవాఙ్మయమే సాక్షి.

8. క్షమ

గృహస్థునిప్రేమ గృహధర్మముల ద్వారా పెంపొంది విశ్వవ్యాపిని యగునని తెల్పియుంటిమి. ఇట్టి భావన యిప్పటికీ పూర్తిగా నశించక మన సంఘమున నచ్చటచ్చటకద్దు. పురాతన సంప్రదాయము లింకా సమసిపోలేదు, మూలనియమాలు మూలబడక ఆచరణలో నున్నవి. ప్రాచీనకుటుంబవ్యవస్థలగు బంధువులు, దాసదాసీజనము, అతిథ్యభ్యాగతు లింకా పాడువడలేదు. హిందువుల కివన్నీ ప్రేమభాజనములే అప్పటివలె కాకపోయినా గాహన్స్థ్యధర్మములు ఇప్పటికీ అచ్చటచ్చట నిర్వహింపబడుతూ ఉన్నవి. అందు శ్రద్ధ, భక్తి, ప్రీతి, మమతయున్నూ ఇప్పుడూ ఆచరింపబడుతూ తన్మూలమున క్షాంతి అభ్యస్థమగుచున్నది. క్షమాశీలుడు కాకుంటే గృహస్థు పనికిరాడు. గాహన్స్థ్యమం దందరికీ ఆదర మున్నది; అందుచేతనే చనువుహెచ్చి కుటుంబములోని చాలామంది స్థిరచిత్తులు కానందున పొరపాటు లెన్నో చేయుచుందురు, వాటి నన్నిటినీ యజమాని క్షమించవలెను; లేకుంటే ఎవ్వరూ వానిదరికి చేరరు, అట్టివారిని ప్రేమచేత వశులను చేసుకొను టెట్లు తన్నాదరించనివారిని తా నాదరించుట సంభవ మగునా? ఆదరించనివారియెడ ప్రేమజూపుటకు వీలేది? ఆదరముంటేనేకదా ప్రేయసుల దోషములు లెక్కకు రావు. ప్రేమ, శ్రద్ధ, దయ, భక్తి, ఇవి నరుని పక్షపాతిగా నొనర్చును. బంధుగులయెడ నెట్లో భగవంతునియెడ నట్లే, హిందూకుటుంబమువంటి క్షమారాజ్య మింకొకచోట నుండబోదు. క్షమ మానవునకు సుభాషణము. *[4]

శ్రీరామునియందలి క్షాంతి చూడండి - కైకేయి ఆతని నెంత బాధించినది ! వనవాసము తెచ్చి పెట్టడమే కాక తండ్రిని కూడా చంపింది - శ్రీరాముని వియోగము ప్రాప్తించి నప్పటినుంచీ పాప మాదశరథుడు విషాదసాగరమునబడి మరి తరింపనేలేక మృత్యువువాత పడినాడు. దీని కంతటికీ హేతు వామెయే కదా ! క్షమాశీలుడగు శ్రీరాముడు దాని నెంత మాత్రము సరకుచేయలేదు, ఆమెను పల్లెత్తుమాటాడలేదు, సరేకదా లక్ష్మణుడు కోపోద్రేకమున నామెను నిందింప జొచ్చిన ఆతని మందలించెను. క్షాంతిచేత ఆతని చిత్తమునకెట్టి శాంతి చేకూరెనో, అది యెంత స్థిరమైయుండెనో కొంచెము భావించండి.

ధర్మరాజునందు కూడా ఇట్టి క్షాంతే కానవచ్చును. పుత్రప్రేమచేత వివేకదూరుడై తండ్రిలేని పాండవులయెడ ధృతరాష్ట్రు డొనర్చిన దుండగముల గూర్చి ధర్మజుడు పెదవి కదల్ప లేదు, ఆతనియెడ ననాదరము గానీ ఔదాసీన్యముకానీ చూపలేదు; అతని ఆగడములు సైరించుటే కాక అతనిని దైవమువలె నారాధించు చుండెను. భీష్ముడు ధీరోత్తముడు, సత్యవాది, దానశీలుడు, క్షాంతిపరుడు. శ్రీకృష్ణుడు శిశుపాలు నెడ చూపిన క్షాంతి అందరూ ఎరిగినదే. ఆర్యులలో పురుషులు మాత్రమేకాక స్త్రీలుకూడా క్షమాసంపన్నులే, పుత్రశోకోప హతమానసయైన ద్రౌపది అశ్వత్థామయెడ నెంత క్షాంతి వహించెనో వినియున్నారు. సౌదానుడనురాజు వశిష్ఠునిపై కనలి శపింప నుద్యుక్తు డగునప్పుడు ఆతనిసతి వారించెనని రామాయాణమున నున్నది.

హిందూసంఘమున క్షమ సర్వసాధారణధర్మము కాని అలౌకికము కాదు. మానవధర్మము లలో నిది ప్రధానము ఆధర్మమున కంగములు పది :_ ధృతి, క్షమ, దమము, అస్తేయము, శౌచము, శమము, బుద్ధి, విద్య, సత్యము, అక్రోధము - అని మానవధర్మశాస్త్రమం దున్నది. పూర్వమున ఆర్యు లందరూ (విశేషించి బ్రాహ్మణులు) ఈ పదిగుణములూ కలిగి యుండేవారు. ఇప్పటికీ నవనాగరికత చొరకున్న హిందూ గృహములందు కుటుంబసమష్టికి క్షమయే మూలబలముగా నున్నది - యూరోపీయ సంఘముల శిక్షాప్రణాళి,

సంఘనిర్మాణమూ స్వతంత్రము లగుటపట్ల క్షాంతి కందు చోటులేదు. వారి నీతిశాస్త్రానుసారము శమము క్షాంతీ అలౌకికధర్మములు గా గణింపబడినవి చూడండి - 178 పేజి -

To err is human, to forgive is divine
తప్పుచేయుట మానవధర్మ మగును, క్షాంతి ధర్మంబు స్వర్గవాస్తవ్యులకును.

మనము శాంతిని క్షాంతిని మానవధర్మములుగా గణింప వారవి దేవతాధర్మములందురు. వారిమతప్రవర్తకుడు ఏసుక్రీస్తు అవసానకాలమున - "తండ్రీ, నా హంతకుల క్షమింపుము, వారనేది వారే ఎరుగర"ని సర్వేశ్వరుని ప్రార్థించెను.

ఐరోపీయసాహిత్యమున క్షమాగుణభూషితుల చరితము లత్యంతదుర్లభములు - పోర్షియా ఇసబెలాలు క్షమాగుణ దివ్యశోభను హృద్యముగా కీర్తింతురు, ఇది వినువారలను క్షణకాలము పెరగుపడ జేయునేకాని వారిమానసములందు నెలకొనదు - ఇట్లు కావలెనంటే ఆగుణమును మానవచరితములందు చేర్చి కల్పన చేయవలెను. ధనలుబ్ధుడగు షైలాకు చరితమున తరువుకానితనము, నిర్దయ, మాటపట్టుదలయు, ఏంజిలో చరితమున దండనీతికఠోరనియమ పాలనమున్నూ కూర్చినట్లే, క్షమాగుణము నేపాత్రమునందైనా షేక్స్‌పియరు రచించెనా ? షైలాకు భీషణక్రూరత నిర్దయల సరస పోర్షిఆ వక్తృత మధురముగా నుండును కాని, అది క్షణికము కావున ఆరస మంతతో ముగియును. ఆదృశ్య మంతమగుసరికి నింద్యుడగు యూదుని చరితము మరింత నీచముగా నొనరించుటకు క్రైస్తవునిచే క్షమాభిక్షను కవి అడిగించెనని తోచును. అట్టి క్షమను క్రైస్తవులు యూదులయెడ గన్పరచినారా ? అదే జరిగియుంటే ఆ రెండుజాతుల కంతపగ పుట్టనే పుట్టియుండదు సొమ్ము పుచ్చుకోవాలని షైలాకు కోర్టుకు రాలేదు - క్రైస్తవుల దుష్కృతములచేతనూ,

అత్యాచారముల చేతనూ పీడితులై క్రోధావేశులైన యూదుల కసి తీర్చుకొను ఉద్దేశముతో నతడు వచ్చెను. క్రైస్తవుల పక్షమున వాదించుటకు వకీ లుండెనుకాని యూదుల పక్షమువా డేడీ? యూదుడే ఆనాటకము వ్రాసినట్టైతే ఘటనాచక్రము మారి యుండదా ? షైలాకు పాత్రమున మానవుని యందలి పశ్వంశ ప్రబల రూపమున చిత్రింపబడినది. తగవు తీర్చుటకు క్రైస్తవు లందరూ గుమిగూడినారు. యూదుని కెదురుగా విజాతీయు లందరూ దళబద్ధులైనారు కాని షైలాకుపక్షమువారిని కవి దళబద్ధులను చేయలేదేమి? ఇది పాత్రరచనయందు పక్ష పాతము కాదా ? క్రైస్తవకవి నాటకకర్త కావున యూదుని నింద్యచరిత్రునిగా నిర్మించి అతనిపక్షమున వాదించువాని నైనా నియమించలేదు. పోర్షియా దయావిషయికోపన్యాస మిచ్చునప్పుడు యూదులు ప్రతివాదించుటకు సటటు లేదా! "క్రైస్తవులగు మీరు హింసాపరులై సంతతమూ మమ్ము పీడించుచున్నారు; ప్రస్తుత మొక్కసారి మీయెడ మేము క్రూరత వహించేటప్పటికి మీకు ఆశ్చర్యమూ దిగులూ పుట్టినవా ? మే మెన్నో ఏళ్ళనుంచి సైరిస్తూన్న దానిని మీ రొకనాడు సహింపలేరా ? నేటికి పన్నెం డేళ్ళనుంచి ఎంటోనియో మా షైలాకును గహిన్ంచుచుండెనే! ఇంతకాలమూ అతనిని తిట్టడము చాలక నేడుకూడా మానడాయె మమ్మేవగించి కనబడినచోటులనెల్ల అవమానించక మానరు. ఈనాటికి మీచేయి క్రిందయినదని దయాసరణిగురించి శ్రీరంగనీతు లాడజొచ్చినారు! పోనీ, ఇట్టిదయ మీరెన్నడైన మాయెడ చూపినారా? మీదయాపరత్వము మే మెరుగమా ? అట్టి మీపై మాకు జాలిపుట్టునా ? చాల్చాలు! మీమాటలు విన్న నెవ్వరైన నవ్విపోదురు" అని యూదులు ఎత్తిపొడువ జాలరా ?

షైలా కంత పట్టుబట్టడానికి హేతు వేమి ? అతని కంత అసహన మెందుకు పుట్టింది ? అదంతా క్రైస్తవులు యూదులయెడ కన్పర్చిన ధిక్కారము, బాధలయొక్కయూ పర్యవసానము. కవి మాత్రము వారియెడల గన్పరచిన కరుణ యెట్టిది ? దావాతీర్పును బట్టి ఎంటోనియో శిక్షింపబడలేదు సరేకదా

షైలాకుప్రాణముమీదికి వచ్చింది. తగవంతా తబ్బిబ్బైనది. న్యాయాధికారి దయతలచి షైలాకుప్రాణము నిల్పెనుగాని, జీవనాధారము, గౌరవదాయకము నైన అతని సొత్తంతా తన అధీనము చేసుకొనెను. యూదులు క్రైస్తవ న్యాయస్థానముల కెక్కినందులకు లభించే ఫలము చూడండి!

పోర్షియానోట వెలువడిన దయా వాక్యములు మూడు కారణములచేత పొల్లువోయెను :_

1. క్షమాచిత్రము మనసు కెక్కునట్లు కవి చిత్రింప లేదు.

2. షైలాకుపక్షమున చెప్పవలసిన విషయములు స్ఫురణకు వచ్చును.

3. విచారణానంతరముకూడా షైలాకునెడ క్రైస్తవులు నిర్దయచూపుదురు.

క్షమాగుణమును వృద్ధిచేయడము కవిఉద్దేశ్యముకానే కాదు, మానవుడు ఒకరిని వంచింపబోయి త్రవ్విన గోతిలో తానే పడునని నిదర్శనము చూపదలచినట్లున్నది; అందు కృతకృత్యు డాయెను.

8 - 9 అక్రోధము - అహింస

క్రోధము నణగదొక్కకున్న క్షమ ఉద్రేకింపదు. స్నేహము, మమత, ప్రేమయున్నూ విన్యాసము చెందినట్లైతే క్రోధము తనంతనే ఉడిగిపోవును. క్రోధమునకు తగిన విరుగడు ప్రేమయే. ఇందుచేతనే హిందూగృహమం దక్రోధము నభ్యసించుటకు తగిన పరిస్థితు లేర్పరచి యుండును; ఋషి ప్రతిష్ఠితమగు నచ్చోటు దేవత్వము సాధించుటకు ముఖ్యావ లంబనము. ఇది నిర్వహించు తెరం గీవిధమున మహాభారత మం దున్నది :_

తత్ర వై మానుషాల్లోకా ద్దానాదిభి రతంద్రిత:
అహింసార్థ సమాయుక్తై: కారణై: స్వర్గమశ్నుతే||

దా నాదుల పూనికతో నేనరు డర్థార్థియై యహింసా యుక్తిన్
తా నభ్యసించుచుండును, వానికి దేవత్వ మొగిని వశమౌ నిలలోన్||

దానధర్మము లభ్యసించుటవల్ల అక్రోధము, క్షమా అలవడి హింసాప్రవృత్తి హీనమగును. సామాన్యప్రేమ ప్రసారమున అహింస యావహిల్లదు. ఇతరునిసుఖము చూచి తాను సుఖించడమే ప్రేమ. హింస స్వసుఖాభిలాషిణి - ప్రేమ పరసుఖాభిలాషిణి - ప్రేమలోక ప్రసార మతిశయించినకొద్ది హింసాధకారప్రసారము సంకుచిత మగును. ప్రేమ పొంగి పెల్లివిరిసి విశ్వవ్యాపిని కాగా సమదృష్టి యవతరించి హింసా పరత్వమును సమయించును. ఇట్టి సమత్వము మైత్రేయికి లభించినతోడనే "సంసారమందు నీకు ప్రేమ కల్గినంతమాత్రమున నది నీకు ప్రేమపాత్రమని యెంచకు, ఆత్మ నీ కత్యంత ప్రీతిపాత్రమగుటచేతనే సంసారము ప్రేమాస్పదమయ్యెను." అని యాజ్ఞవల్క్యు డామె కుపదేశించెను. తోడనే వారు సంసారమును త్యజించి వనములందు వసింపనేగిరి, స్వర్గము వారికి కరగతమౌటచేత ఈలోకమునుండియే వారు ముక్తులైరి, బ్రహ్మప్రాప్తికై సన్యాసమార్గము నవలంబింపవలసి వచ్చెను. అహింసాప్రశస్తి ఆర్యసాహిత్యమున నన్నికడల నావరించియున్నది. శ్రీకృష్ణుని చరితమున నీధర్మ ముజ్వలరూపమున గాంచనగును. భీష్మవిదురాదులు హింసాహీనులు, శ్రీశుకుడు నారదుడు మొదలగు ఋషులచరితములం దహింస ప్రత్యక్షరూపమున పరిఢవిల్లుచున్నది. ఇదే హిందువులకు ప్రధానధర్మము, దానిచేతనే వారి ప్రకృతి కోమలతరము నమ్రతరము నగుచున్నది. అది వారిని క్షమాశీలురను కావించి వారిగృహములను శాంతినికేతనముల నొనర్చుచున్నది. శాంతిమయమైన అహింసావతారమే బుద్ధదేవుడు, అతని కహింస నేర్పినది, హిందూమతము; అహింసామహాధర్మము నుపదేశించుటవల్లనే బుద్ధుడు జినుడును శాంతిస్థాపనాసమర్థులైరి. క్రైస్తవులం దీధర్మమునకు తగినంత ఆధారము దక్కలేదు, అందుకే ఐరోపీయసాహిత్యమున నది అరుదుగా దోచును. ఆమతమున న్యాయపరతకు లభించిన ప్రాచుర్యము

ప్రాముఖ్యతా క్షమాగుణమునకు చిక్కలేదు. కఠినశిక్షా విధాన మార్యసాహిత్యమందూ కద్దు. ధర్మక్రోధ మెచ్చునపుడు పాపమునకు కఠినశిక్ష ప్రాప్తించకపోదు. కాని దీనికి తోడుగా క్షమయూ పుణ్యజ్యోతిన్నీ ఆయాచోట్ల స్ఫురణ వహించి యుండును.

స్వర్గము

శ్రద్ధ, భక్తి, ప్రేమ, క్షమ, అక్రోధము, అహింస మొదలగు గుణములచే పూరితముల్లైన దేవతాదర్శములు ఆర్యసాహిత్యమున కొల్లలుగా నున్నవి. దేవతల కునికిపట్టగు స్వర్గము సౌఖ్యమునకు పాదు. అచ్చటికి పోవుమార్గ మతిసంకీర్ణమే (Strait is the gate to Heaven) కాని శ్రద్ధా భక్తు లలవడినవాళ్ల కది సుగమము. స్నేహ మమత లను దిగువమెట్టులపై నుండి గురుజనులను భక్తితో నర్చించువారి దృష్టులను దేవతలు తమపై పాకర్షింతురు. దేవతలను మూర్తివంతుల నొనర్చి ఆర్యకవులు మానవాభివృద్ధికి మార్గము చూపిరి. లక్ష్మి కమనీయ స్వర్ణప్రతిమ, వేదమాతయైన సరస్వతి జగన్మోహినియగు శ్వేతమూర్తి, అసురవిజయినియగు పార్వతి దశభుజ, శక్తిరూపిణి, నీలమూర్తి. జగదుత్పత్తికి కారణభూతుడు సూర్యుడు; దాని నావరించియుండువాడు వరుణుడు; తేజమున కాధారభూతుడు అగ్ని; జగత్ప్రాణస్వరూపుడు వాయువు. అద్వితీయుడగు భగవంతు డన్ని జీవులయందూ వర్తించును. అనంతవిభూతి కాధారుడై స్వర్గమున రాజిలుచుండు దేవదేవుడు స్వప్రకాశవికాసమున అనంతబ్రహ్మాండమం దంతహిన్తుడై యుండియు సామాన్యదృష్టికి గోచరుడు కాడు. అతని విభూతివికాసము గనకున్న అతని నారాధించు టెట్లు? ఆతడు విశ్వవ్యాపి కావున అనంతమూర్తు లం దతని జూచి అనంతు డనుకొనవలెను.

యచ్చ కించి జ్జగత్సర్వం దృశ్యతే శ్రూయతే పి వా
అంత ర్బహిశ్చ తత్సర్వం వ్యాప్య నారాయణః స్థితః||

కన్న జగ మెల్ల మరియును విన్న జగము
నిండియంతటనారాయణుండు వెలయు

ఇట్టి విశ్వరూపసందర్శన మర్జునునికి లభించినది. దివ్యాదర్శములను రచించి ఆర్యకవులు తమకావ్యములకు దివ్యసౌందర్యమును గడనచేయగల్గిరి. వాటిని పఠించువారిఎదుట దివ్యాదర్శములు సాక్షాత్కరించి యుండుటచేత వారువాటిని పూజించి, ఆ మోహనరూపసందర్శమున తనిసి స్వర్గప్రాప్తికై ఎల్లప్పుడు నాకాంక్షింతురు. శూరులు యుద్ధభూమి నురుకజూచుట కిదే హేతువు. వీరస్వర్గము నాశించే కదా కురుపాండవులు ఘోరసంగ్రామ మొనర్చిరి! సతులు సహగమనము చేయుట - బలిచక్రవర్తి పాతాళమునకు కుంగుట - శిబి తనమేనికండలు చెండియిచ్చుట, బృహదర్భకుడు తన సుతుని బ్రాహ్మణసేవకు బలిగా నొసంగుట - మొదలగు కృత్యముల కన్నిటికీ స్వర్గకాంక్షయే ప్రధానము. స్వర్గసభను నారదుడు ధర్మజు నెదుట వివరముగా వర్ణించెను. అష్టదిక్పాలుర ఐశ్వర్య మత్యధికముగా నందు విలసిల్లుచుండును. ఇంద్రుని కాపదవి ఎట్లు లభించెను? నిస్తులపరాక్రమసంపన్నుడగు నాతడు దేవతల కధీశ్వరత్వము లభింప బ్రహ్మచర్య మాచరించెనని మహాభారతమం దున్నది. జితేంద్రియులకుగాని దేవత్వము ప్రాప్తించదు. ఆసురప్రవృత్తి నణగదొక్కి జితేంద్రియులై సంయమివ్రతాచరణ పరులకు మాత్రమే స్వర్గము కరగతమగును.

ప్రాణ ప్రతిష్ఠ (దేవతావాహనము)

దేవతాదర్శముల నన్నిటినీ ఆర్యకవులు సజీవములు మూర్తివంతములుగా నొనర్చి రంటిమి. దేవత లట్టిమూర్తులే, ఈయాదర్శములను మరచినవాళ్ళు దైవోపాసన చేయలేరు; ఒకవేళ చేసినా అది ధర్మసంగతము కానేరదు. ఆదర్శములను త్యజించినట్లైయితే దేవతలు నిర్జీవు లగుదురు. ప్రాణ ప్రతిష్ఠ కావింపబడిన దేవతాప్రతిమలందు దివ్యశక్తిని గాంచువారే దేవాదర్శముల గాంచగలవారు. ప్రాణప్రతిష్ఠామంత్రము చేత దేవాదర్శము సజీవమగును.

ప్రాణప్రతిష్ఠ యన నేమి? శక్తివంతము సజీవమూ అగు దేవతామూర్తిని ధ్యానించి అనుభవములోనికి దెచ్చుకొనుట. ఇట్టిమూర్తులనే మనవా రుపాసింతురు.

దేవతాచరితము

ప్రాణప్రతిష్ఠచేసిన దేవతాప్రతిమ అనంతదివ్యశక్తులకు నిధానమని భక్తులు భావింతురు. ఈ శక్తులే దాని విభూతి యనబడును. ఒక్కొక్కదేవత ఒక్కొక్క విభూతిరూపమున ఉపాసకుల హృదయములందు నిహితమగును. దివ్యప్రేమ, దివ్యనిగ్రహము, దివ్యబలము, దివ్యవిభూతియూ ఆర్యసాహిత్యమున దేదీప్యమానముగా వర్ణింపబడినవి. అన్ని మూర్తులూ సగుణేశ్వరుని రూపములే. ప్రేమమూర్తి ఒకప్పుడు ప్రచండరూపము ధరించి అధర్మపరులను శిక్షించి, శిష్టులను రక్షించి ధర్మసంస్థాపనము చేయుచుండును.

> పరిత్రాణాయ సాధూనాం వినాశాయ చ దుష్కృతాం
> ధర్మ సంస్థాపనార్థాయ సంభవామి యుగేయుగే|| భ|| గీ||
> రక్షింపగ సజ్జనులను శిక్షింపగ దుష్టజనుల సేమమెలర్పన్
> వీక్షింపధర్మువాహన దక్షా సేనవతరింతు దగ యుగ యుగమున్
> టా|| ల|| న||

ఒకప్పు డదే జగన్మోహనమగు శ్రీకృష్ణరూపమున గోపికలను భక్తుల తృప్తినొందించుచుండును, అన్నపూర్ణరూపమున విశ్వాత్మ ప్రేమను జీవరాసులకు పంచిచ్చును. ఇట్టి అనంతకరుణామయమగు రూపము ఆర్యసాహిత్యమున శ్రీరామ కృష్ణావతారములదాల్చి విలసిల్లుచున్నది. ఇతరసాహిత్యములందు ఇట్టి భగవదవతారములే కానరావు. చిత్తవశీకరణములగు నవతారములు భగవంతుని అలౌకికవ్యాపారములు. భీతిగాంభీర్యములు మానవచిత్తములయందు భాసమానమగు నట్లు అలౌకికశక్తివంతుడగు భగవంతుడు పృథ్వి కవతరించి మానవులతోపాటు వ్యవహరించెనని విదేశసాహిత్యమున నెచ్చటా చెప్పబడలేదు.

ప్రేమమయుడగు పరమాత్ముడు లోకసంగ్రహార్థముపృథ్వీ నవతరించి ఎట్టికార్యముల నాచరించుచుండునో మన మెరుగలేము. పాపులను శిక్షించి పాప నివారణ మొనర్చి, పుణ్యాత్ములకు దర్శనమిచ్చి వారిని స్వర్గమునకు కొనిపోవునని మనగ్రంథములం దున్నది. మానసమున భావించిన యీ ఉదాహరణములు కావ్యములయందు ప్రత్యక్షమగును.

ప్రపంచపరిపాలనానియమములను గని నివ్వెరపడ నివారుండరు. అట్టి యాదర్శముల నభివర్ణించిన కావ్యములు సఫలములు కావా? ఈవర్ణనలందు కల్పనాశక్తికి కావలసినంత అవకాశము లభించును. భగవంతుని అద్భుతలీలలూ అపురూపక్రియాకలాపమున్నూ గాంచినతోడనేమానవుడు చకితు డగును. భగవత్ప్రేమరస మార్యసాహిత్యమున కావలసినంత కలదు. హోమర్, వర్జిల్, డాంటే, మిల్టన్ మొదలగు కవులు తమకావ్యములయందు భగవదవతారములు రచింపనే లేదు, వాటిని చదువుటవల్ల దైవభక్తిప్రభావమే యెరుకపడదు; భగవంతునిప్రభావజ్ఞానమే కలుగదు. బ్రహ్మజ్ఞానము మన వేదములం దుండినట్లు విదేశగ్రంథములయందు కానరాదు, వైదికజ్ఞానము కొంచెము ప్రసరించిన దేశములయందుకూడా అది రూఢము కాలేదు, కావున ఇతరదేశీయులకు బ్రహ్మజ్ఞానము ప్రాప్తించలేదు. కావ్యసృష్టికి కావలసిన సాధనసంచయము మన వేద వేదాంతములందు విపులముగా నుంది. వేదములన్నీ దివ్యుల విపుల రాష్ట్ర మనవచ్చును, దివ్యసుందర కాంతి అం దుజ్వలరూపమున భాసిల్లుచున్నది; వేదాంతము (ఉపనిషత్తు) లందు దేవతలూ లేరు, స్వర్గమూ కానరాదు, అందు నిర్మలము పవిత్రము నగు చైతన్యమూర్తి భాసిల్లుతూ ఉండును. వేదములు కర్మప్రధానములు, వాటి ఫలము స్వర్గప్రాప్తి; వేదాంతములు జ్ఞానప్రధానములు, వాటి పరిణామము ముక్తి.

ఋషి చరితము

ఆర్యసాహిత్యమున వెలయు దేవతాదర్శములు మానవులకు సిద్ధించునా? మానవుల కవి అప్రాప్యములని ఏసుక్రీస్తు అభిప్రాయము, కాని వైదికార్యు లని ప్రాప్యములనే చెప్పిరి; మానవులందు దేవత లంతహిన్‌తులై యున్నారనీ, బాహ్యాచ్ఛాదనములను తొలగించినతోడనే దేవతారూపములు వ్యక్తములగుననిన్నీ మనఋషులు చెప్పినారు. మానవదేహము లందాత్మ రూపమున పరమేశ్వరుడు వర్తిస్తూన్నాడు, మోహావరణము తొలగించగానే తద్దివ్యజ్యోతి ప్రకాశించును. మనుష్యులు దేవత్వమును పొందగలరనుటకు ఋషులు ప్రమాణముల నిచ్చినారు, తపోబలమున ఎట్టి అసాధ్యమైన పనియైనా సాధ్యమగును. సామాన్యులందు దైవశక్తి ఆవిర్భవించు మార్గములను సూచించడానికే కవులు మనసాహిత్యమున ఋషిచరితములను జొన్పినారు. ఆచరితములు చదివితే మనుష్యులకు దేవత్వము సాధ్యాతీతము కాదని స్పష్టపడును. రామాయణమున భారతమునా దివ్యశక్తుల నార్జించిన ఋషులనేకు లీయభిప్రాయమును దృఢపరుస్తున్నారు.

మానవ చరితము

దేవతలయొక్కయు ఋషులయొక్కయు చరితములే కాక అనేకమంది భక్తులు సాధకులు మొదలగువాళ్ల చరిత్రములూ మనసాహిత్యమున కలవు. ఒకవంక దేవతలమహిమావంతములు ఉన్నతములగు నాదర్శములు, వేరొకవంక తపఃప్రభావమున దివ్యశక్తుల నార్జించి దేవత్వసిద్ధి గాంచిన ఋషుల చరితములు కలవు, ఇంకొకవంక తపశ్చరణ మొనర్చుచుండు మానవులు కానవత్తురు. అరిషడ్వర్గమును వశపరచుకొని చిత్తమును తపముచే నాయత్తపరుప సంయమిత్వము సిద్ధించును. ఇట్టి తపోబలమువల్లనే ధ్రువుడు తరించెను. దానిచేతనే ప్రహ్లాదుడు పరమభాగవతోత్తముడై చిరస్మరణీయు డయ్యెను. ఆత్మగౌరవాహంకారములు ప్రబలుటచేతనే కదా యయాతి స్వర్గభ్రష్టుడై మర్త్యలోకమున కొంతకాలము తపస్సుచేసెను. యుధిష్ఠిరు డెంతో తపస్సుచేసి

భీష్మునిచేత ధర్మతత్వ ముపదేశింపబడినా అహమిక పూర్తిగా నశించకపోవడముచేతనే శ్రీకృష్ణుని కటువాక్యములు వినవలసివచ్చెను. ధర్మరాజుచరితమంతా ఉగ్రమైన ధర్మతపశ్చరణమందు లగ్నమైనట్లు తోచును. అతడు సంతతము బ్రాహ్మణుల సంసర్గముచేతా ఋషుల ఉపదేశముల మూలానా చిత్తశాంతి చిత్తశుద్ధిన్నీ సమకూర్చుకొనడానికి యత్నిస్తూ ఉండెను. తప: ప్రభావము వల్లనే ధర్మవ్యాధుడు దివ్యత్వము పొందెనని మహాభారమందుంది. ఆతడు వృద్ధులగుతలిదండ్రుల దేవతలవలె పూజిస్తూ ప్రేమవ్రతము నాచరించెను, కావున కౌశికునకు దేవతాదర్శ రూపమగు పితృభక్తి మచ్చు చూపగల్గెను. ఆవృద్ధదంపతులు ప్రేమకున్నూ భక్తికిన్నీ నిధానములై ప్రత్యక్షదేవత లయినారు. ధర్మవ్యాధుని చూచినవెంటనే కౌశికునికి కూడా తన పితరుల పూజించు నిచ్ఛ పొడమింది. సతీమతల్లియైన బ్రాహ్మణుని భార్య యిందుకే కౌశికుని అక్కడికి పంపింది. ఆమె ఏకాంతచిత్తముతో సతీవ్రత మాచరిస్తూ ఉన్న సాధ్వీమణి. కుంతి గాంధారి మొదలగు పతివ్రత లిట్టి తపస్వినులే.

ఆర్యసాహిత్యమున చిత్రింపబడిన మానవపాత్రములు సామాన్యములు కావు. అందరూ దేవత్వము లభించడమునకై తపోవ్రతధారులై యత్నించేవారే. వారిప్రకర్ష చక్కగా కనబడుటకు వారిప్రక్కనే దైత్య దానవ రాక్షసుల చిత్రము లమర్చబడ్డవి. ఈ పాపచిత్రములు కూడ మానుష చిత్రములే కాని వాటిలో అరిషడ్వర్గము అత్యధికముగా చెల రేగింది. ఇంద్రియవశుడైన మానవుడు సంయమము కోలుపోవడము వానికి స్వేచ్ఛాచరణము స్వాభావికము కావడమున్నూ దానవచరితములందు స్పష్టమగును. ఆర్యసాహిత్యమున చిత్రితులైన స్త్రీపురుషులను నాలుగు తెగలుగా విభజింప వచ్చును : _ దేవతలు - ఋషులు - మనుష్యులు - దానవులు.

ఈ మనుష్యచిత్రములే యథార్థమైన మానవపాత్రములు. అంతశ్శత్రుప్రాబల్య విశిష్టమగు సాధారణమానవచరితముల కన్న అవి ఉత్తమములు. అందు

క్రమముగా దేవత్వము వికాస మొందును. వారు ఇంద్రియ నిగ్రహముచేత చిత్తైకాగ్రతను సాధించి విశ్వప్రేమ నతిశయింప జేయుదురు. దేవతలున్నూ సంసారులే, వారికీ పుత్రమిత్రకళత్రాదులు కల్పింప బడ్డారు, సంసారులైనావాళ్లప్రేమ విశ్వవ్యాపిని కావడముచేత వాళ్ళెప్పుడూ విశ్వరక్షణమందు వ్యగ్రులై ఉంటారు. వాళ్ల చరిత్రలే మానవుల కాదర్శములు. ప్రేమను సర్వజంతువులకూ సమముగా పంచి యివ్వడమే దేవత్వము సాధించడము. ఇది కఠినవ్రతము, దీని ప్రభావముచేతనే ప్రేమభక్తిమిశ్రితమై పెద్దలందు ప్రవర్తించును. దీనినే పాశ్చాత్యులు Hero Worship అంటారు. పెద్దలు లోకాంతరగతులైన వెన్క తర్పణములు, శ్రాద్ధములు మొదలగు కర్మలమూలాన వారు మృతజీవు లగుదురు. గురుజనమందు లగ్నమైనప్రేమ భగవదర్పితమై తద్వారా సర్వభూతములందున్నూ వ్యాపించును. భగవంతుడు సర్వాంతర్యామియైనట్లు జ్ఞానదృష్టికి ప్రత్యక్షు డగునప్పుడు భక్తు డిట్లు స్తుతించును : _

పశ్యామి దేవాం స్తవ దేవ దేహే సర్వాం స్తథా భూతవిశేష సంఘాన్
బ్రహ్మాణ మీశం కమలాసనస్థ మృషీంశ్చ సర్వా సురగాంశ్చ దివ్యాన్||
అనేక బాహూదరవక్త్రనేత్రం పశ్యామి త్వాం సర్వతో నంత రూపమ్
నాంతం నమధ్యం నపున స్తనాదిం పశ్యామి విశ్వేశ్వర విశ్వరూప|

భగవద్గీత.

కనియెద దేన నీదు ఘునకాయమునందు సమస్త దేవతా
లిని, మరి పల్దెరంగుల వెలింగెడునట్టి అశేషభూతకో
టిని, సభ పద్మపీఠమున ఠీవిని దీర్చినయట్టి బ్రహ్మదే
వుని, తగ దివ్యమౌ నురగపుంజము, సర్వమునిప్రపంచమున్.

పెక్కుచేతులు పెక్కు కడ్పులు పెక్కు మోములు నేత్రముల్
పెక్కు దాలిచి కానిపించెదు పెక్కురూపుల నెల్లెడన్
నిక్కమిప్పుడు విశ్వరూపుడ నీకు నంతము మధ్యమౌ

యిక్క యాదియు గానిపింపన యెందు నో జగదీశ్వరా -

..................తా||ల||న||

సమాప్తము.

1.

*Tis beauty that doth oft make women proud;
Tis virtue that doth make them most-admired;
Tis government that makes them seem divine.
... ... Shak

స్త్రీల తరుచుగ గర్వింప జేసెడునది
సొగసు, వారల మిక్కిలి పొగడబడగ
సలుపునది సద్గుణంబు, వేల్పులుగవారు
తెలియబడజేయునది జితేంద్రియత చూపె.
అ|| నా|| దా||

2. * వ్యక్తమైన ప్రతిపదార్థమందున్నూ అవ్యక్తమైన ఆత్మ నిహితమై యున్నదనిన్నీ, "ఏకమే నాద్వితీయ"మ్మని మనమెరిగి ప్రేమించవలసిన పదార్థ మదే అనియు, ప్రతివస్తువునకు సత్తా దానివల్లనే కలుగుననియు, వస్తువునందు మనకుగల ప్రేమ ఆత్మయందు నిహిత మొనర్చవలెననియు ఋషి అభిప్రాయము.

3. * వ్యభిచారమునుగూర్చి మనవారు చేసిన కట్టడి చాలా గట్టిది. ఇది కేవలము కాయికముగానే తలపబడలేదు. మనసులోనూ మాటయందైనా స్త్రీపురుషుల చిత్త మన్యాయత్తము కాగూడని మనవారి నియమము... స్త్రీలను మూడు తెగలుగా భాగించవచ్చును: _ కలలోనైన అన్యపురుషుని దలపక, సర్వము పతియే అని భావించు నారీమణి "సతి" అత్యుత్తమురాలు. పతినిగాక అన్యుల దలచినా వారి నందరినీ సోదరభావమున జూచునామె ఉత్తమురాలు. ఇతరులయెడ నింత ఉత్కృష్టభావనలేక అందరూ ఏమనుకుందురో అను బిడియము చేతకాని వీలు చిక్కకపోవడముచేతకాని వ్యభిచరించనిది మధ్యమ. పతిని పూరికైన కొనక ఇతరులతో

సంచరించునది అధమురాలు. పతి నగౌరవపరచు కాంత పశువుతో సమానము. ఈ పద్ధతి పురుషులకుకూడా వర్తించును.

4.

•

Not the king's crown, nor the deputed sword,
The marshal's truncheon, nor the Judge's
robe,
Become them with one half so good a grace
As mercy does..................................Shak.

కాదునృపాలమౌళియును, కాదధికారికిగల్గు కత్తియున్,
కాదుచమూనియంతృగద, కాదుసభాపతిమేని అంగియున్.
కాదరవీసమైన దయకైవడి శ్రేష్ఠవిభూషణంబు.
....
ఆ|| నా|| దా||

****

సవరణ పట్టిక:-

పేజి	పంక్తి	తప్పు	ఒప్పు
2	17	లీనమయి	లీనమయింది
9	16	ఐనచో	వాటియందు
13	11	ప్రేరితమున	ప్రేరణమున
41	1	రోతాయు	రోతా
53	21	పృధుల	పృథుల
55	5	జుగుప్సాహర్	జుగుప్సాహన్
58	1,2	గహర్య్	గర్హ్యా
64	10	త్రావుచున్నాన	తాగుచున్నాడ
75	5	కల్గగలేదు	కల్గలేదు
89	1	కన్నూ	....
95	5	కవి	కది
101	11	విరోధము	నిరోధము
101	18	చేయవచ్చును	వచ్చును
109	10	యోగ్యుటొ	యోగ్యుడొ
127	5	కృష్ణా	కృష్ణ
141	3	నూన్యతమై	స్యూతమై
193	8	పూతము	పూతములై